ग्रेटाची गोष्ट

जोसेफ तुस्कानो

मेहता पब्लिशिंग हाऊस

Please contact us at **Mehta Publishing House Pvt. Ltd., Pune.**
Email : **production@mehtapublishinghouse.com**
Website **: www.mehtapublishinghouse.com**

GRETACHI GOSHTA by JOSEPH TUSCANO

ग्रेटाची गोष्ट / कुमारसाहित्य
जोसेफ तुस्कानो

संस्थापक : सुनील अनिल मेहता

प्रकाशक : मेहता पब्लिशिंग हाऊस प्रा. लि.,
१९४१, सदाशिव पेठ, माडीवाले कॉलनी, पुणे – ४११०३०.
✆ ०२०-२४४७६९२४
E-mail : production@mehtapublishinghouse.com
Website : www.mehtapublishinghouse.com

मुद्रक : श्री मुद्रा

मुखपृष्ठ व आतील चित्रे : प्रियांका कांगले

प्रथमावृत्ती : एप्रिल, २०२० । पुनर्मुद्रण : मार्च, २०२५

किंमत : ₹ १९५

P Book ISBN 9789353174521
E Book ISBN 9789353174538
E Books available on : play.google.com/store/books
www.amazon.in

अखिल जगातील बालकांच्या उज्ज्वल भवितव्याला!

“ आमचं भवितव्यच अंधकारमय आहे.
पण खूप थोड्या जणांना याची जाणीव आहे.
ही जाणीव आमच्यात येईपर्यंत फार उशीर झालेला असेल.
पण किमान जाणीव झाली तरी आम्ही नशीबवानच. ”

अंतरंग

फुलपाखराची फडफड	६
घरून सुरुवात झाली	१२
तिला भीती वाटते	१८
ग्रेटा उवाच	२४
भविष्यासाठी शुक्रवार	३०
हवेची होरपळ	३६
कौतुक आणि टीका	४२
पर्यावरण : प्रत्येकाचा पहिला धर्म	४८
परिशिष्ट - १ : असा झाला प्रारंभ	५६
परिशिष्ट - २ : छोट्यांसाठी धोक्याची घंटा	५९
परिशिष्ट - ३ : हवामान परिषदा	६२
संदर्भ	६४

फुलपाखराची फडफड

फुलपाखरांनी एका ठिकाणी पंख फडफडविले, तर जगाच्या दुसऱ्या टोकाला चक्रीवादळ येऊ शकते, असे गणिततज्ज्ञ आणि हवामनशास्त्रज्ञ एडवर्ड लोरेंझ म्हणतात. हे एक रूपक आहे. त्यात गहन अर्थ भरलेला आहे. एखादी छोटी घटनादेखील मोठी क्रांती करू शकते, असा त्याचा अर्थ आहे. स्वीडनमधल्या नववीत शिकणाऱ्या षोडषवर्षीय ग्रेटा थुनबर्ग या मुलीच्या बाबतीत तेच घडले. खेळण्या-हुंदडण्याच्या वयात ही स्वप्नाळू मुलगी चिंताग्रस्त होती. लाल-गोऱ्या गोबऱ्या गालाची, पातळ सोनसळी केसाच्या दोन वेण्या घातलेली, फार तर साडेचार फूट उंचीची, निळा-हिरवा रंग असलेल्या डोळ्याची आणि निर्धार भरलेल्या डोळ्यांची ग्रेटा. २० ऑगस्ट, २०१८ या दिवशी ती देशाच्या संसदेबाहेर धरणे देऊन बसली. 'हवामानासाठी शाळा बंद' असा फलक तिच्या हाती होता. खरे तर तिने खूप मोठे धाडस केले होते. तिकडे शाळा चुकविणे

हा गुन्हा मानला जातो. त्यासाठी शिक्षादेखील होऊ शकते. पण तिचा निर्धार पक्का होता. ती संसदेबाहेर ठाण मांडून बसली. दर शुक्रवारी शाळेला दांडी मारून तिने आपले मूक निदर्शन सुरू ठेवले. सुरुवातीला तिच्याकडे कुणी लक्ष दिले नाही. हळूहळू जाणारे-येणारे कुतुहलाने पाहू लागले. तिच्या हातातील Skolstrejk for Klimatet (हवामानासाठी शाळकरी मुलांचा संप) या फलकाकडे निरखून बघू लागले. कामकाजाच्या गडबडीत घडीभर तिच्यासोबत बसू लागले. तिचा गोतावळा वाढत गेला. स्वीडिश संसदेबाहेर शाळेच्या गणवेशात एकटीच बसलेल्या ग्रेटाचे छायाचित्र समाजमाध्यमावरून जगभर पसरले. ग्रेटाचे ते छायाचित्र ४० हजार वेळा शेअर झाले नि लाखो लोकांना ते भावले. साऱ्या देशभर तिच्या या चळवळीचा बोलबाला झाला. त्या छोट्या मुलीच्या कृतीमुळे जगभरातील लाखो शाळकरी मुले आणि तरुणाई तिच्या या अनोख्या लढ्यात उतरली. शास्त्रज्ञ तिला पाठिंबा देऊ लागले. मुलांना स्फूर्ती मिळाली. भविष्याच्या धास्तीने हादरलेली मुले आणि तरुण लाखोंच्या संख्येने हवामान बदलाविरोधी चळवळीत सहभागी झाले. मुलांच्या या अभियानाचा हौसला बुलंद झाला. (पाहा : परिशिष्ट १) अमेरिका, बेल्जियम, कॅनडा, भारत, पाकिस्तान, कोलंबिया, नेदरलँड, नॉर्वे या देशातील मुलांनी आपापल्या देशातील सरकारांविरुद्ध न्यायालयात दाद मागितली. मुलांचा 'भविष्यासाठी शुक्रवार' हा निर्धार ऐकून जर्मनी, ऑस्ट्रिया आणि स्वित्झर्लंड या देशातील वैज्ञानिकांनी 'भविष्यासाठी वैज्ञानिक गट' स्थापन केला आणि मुलांना पाठिंबा देण्यासाठी काढलेल्या पत्रकावर ४६,००० विद्वानांनी सह्या केल्या.

बीज
Science

का?
कशासाठी?

आपल्या या अपूर्व अभियानासाठी ग्रेटाने मांसाहार सोडला. तिने शाकाहार स्वीकारला. ती खासगी गाडीऐवजी बस वापरू लागली. विमानाऐवजी जहाजाने खडतर प्रवास केला. ती आपल्या लिखाणाचे मानधन न घेता ते दान करते. जगाचे लक्ष आपल्याकडे आहे, म्हणून तिने जाणूनबुजून आपली जीवनशैली बदलली आहे. कोणतीही व्यक्ती आणि कृती किरकोळ नसते. त्यातून एक तरंग उमटला, तर त्यातून अनेक तरंग पसरत जातात. हेच ती तिच्या कृतीतून सांगत आहे.

ग्रेटाचा जन्म ३ जानेवारी, २००३ रोजी दोन स्वीडिश कलावंताच्या पोटी झाला. तिची आई मलेना प्रसिद्ध ऑपेरा गायक आहे. वडील स्वान्ते लेखक आणि अभिनेता आहेत. ग्रेटा मुळातच शांत, लाजाळू स्वभावाची. वर्गात कुठेतरी मागच्या बाकावर कोपऱ्यात बसायची. पण बालपणापासूनच ती अस्वस्थ होती. उपकारकर्त्या निसर्गाचा चाललेला विध्वंस तिला जाचत होता. आठवीत असताना तिला वाढत्या तापमानाच्या परिणामाची माहिती झाली. शाळेत शिक्षक वारंवार सांगत की आपण वीज वाचविली पाहिजे, पाणी वाचविले पाहिजे. तेव्हा ग्रेटा त्यांना विचारी, ''पण हे कशासाठी?''

तेव्हा ते म्हणत, ''माणसाच्या जीवनशैलीने आपले हवामान बदलत आहे.'' त्यांचे ते म्हणणे पोरगेल्या ग्रेटाने गंभीरपणे घेतले. खरे तर तिला धक्काच बसला.

पर्यावरणाचे घोर संकट पुढ्यात असताना ही मोठी माणसे गप्प का आहेत? शासनकर्ते याबाबत हलगर्जीपणा कसे करू शकतात, या विचाराने ती चक्रावून गेली होती. नैराश्याने ती बोलेनाशी झाली. अकरा वर्षाची असताना तिला आत्ममग्नतेचा विकार जडल्याचे डॉक्टरानी निदान केले. ती फक्त 'ग्लोबल वॉर्मिंग'विषयी बोलू इच्छित होती. त्यामुळे ती 'सिलेक्टिव ऑटिझम'ची शिकार आहे, असेही निदान झाले. त्या आजाराला 'आस्पेरजर'चा विकार म्हणतात. या आजारात रुग्ण फक्त एकाच विषयाचा ध्यास घेऊन त्यावर बोलत असतो. ग्रेटाच्या बाबतीत तेच घडत गेले होते.

एकदा तिच्या शाळेत प्लॅस्टिकच्या प्रदूषणासंबधी डॉक्युमेंट्री दाखवली गेली होती. त्यात ध्रुवीय प्रदेशातील अस्वलांची उपासमार दाखविली होती. ती दृश्ये पाहून छोटी ग्रेटा हमसाहमशी रडली होती.

एकदा तिने स्वीडिश वर्तमानपत्रातील निबंध स्पर्धेत भाग घेतला. आणि ती स्पर्धा जिंकली. तिच्या विचारांचे कौतुक होत होते, पण कुणी ते फारसे मनावर घेत नव्हते याची तिला खंत वाटे. तरीही तिने एकाकीपणे पर्यावरणाविषयीचा अभ्यास सुरू ठेवला. जितकी

जास्त माहिती तिला मिळायची, तितकी ती जास्त चिंतातुर व्हायची. तिच्या त्या वेडापायी ती निराशाग्रस्त बनली. दोन महिन्यात तिचे वजन दहा किलोंनी कमी झाले. तिच्या आईवडिलांना चिंता वाटू लागली. शाळेत चौकशी केली तेव्हा काही आगळे न घडल्याचे सांगण्यात आले.

आपले भवितव्य कुस्करून टाकले जाणार असेल, तर 'शाळेत जायचेच कशाला?' हा तिला प्रश्न पडे. मग तिने निर्धार केला. मोठ्यांकडून होणाऱ्या या अन्यायाविरुद्ध आवाज उठवायचा.

आपल्या लेकीचा ध्यास लक्षात घेऊन तिच्या पालकांनी तिला साथ द्यायचे ठरविले. त्यांनी आपल्या जीवनशैलीत चक्क बदल केला. त्यांनी मांसाहार बंद केला. ते केवळ तातडीच्या कामासाठी विजेवर चालणारी गाडी वापरू लागले. अन्यथा ते सायकलवर प्रवास करू लागले. विमानप्रवास हवेचे जास्तीत जास्त प्रदूषण करतो, म्हणून त्यांनी हवाई प्रवास वर्ज्य केला... आपण आपले कुटुंब बदलू शकतो, मग जग का बदलू शकणार नाही? या विचाराने ग्रेटाचा हुरूप वाढला. तिने शाळेत निर्दशने करायला सुरुवात केली. समाज माध्यमातून शाळकरी मुले त्यात भाग घेऊ लागली. वर्षभरात ही चळवळ जगभर पसरली.

पृथ्वीला वाचविण्यासाठी लाखो विद्यार्थ्यांना संघटित करणारी ग्रेटा आज जागतिक नागरिक बनली आहे. पर्यावरण रक्षणाची राजदूत झाली आहे. तिची शिफारस नोबेल शांतता पुरस्कारासाठी करण्यात आली आहे. खेळण्या-बागडण्याच्या वयात कौतुकाचे हार स्वीकारणारी आणि टीकाप्रहार झेलणारी ग्रेटा ही जगातली पहिली पर्यावरणवादी असावी. शास्त्रज्ञांनी कयास केल्याप्रमाणे तिच्याही शरीरात निसर्ग-प्रेमाचे 'हरित जनूक' असावे.

ते हिरवे फुलपाखरू पंख फडफडवते आहे ......

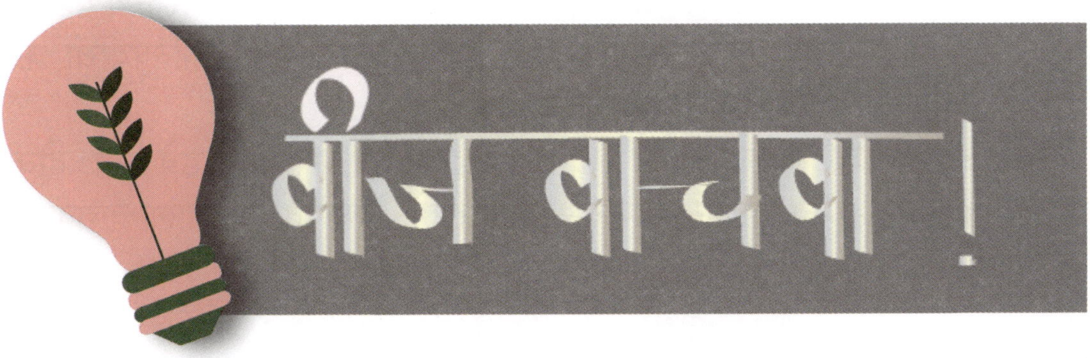

घरून सुरुवात झाली

कुठल्याही चांगल्या गोष्टीची सुरुवात घरून करायची असते (Charity begins at home). या उक्तीनुसार ग्रेटाने पर्यावरण रक्षणाचा प्रारंभ घरूनच केला. विशेष म्हणजे तिला तिच्या आईवडिलांनीही सहकार्य केले. पण तिचे शाळा बुडविणे त्यांना पसंत नव्हते. मुलांचे शिक्षण हा आई-बापाचा घोर असतोच ना! त्याच वेळी जबाबदार नागरिक असलेल्या त्या जोडप्यालादेखील आपल्या पृथ्वीची होणारी हेळसांड अस्वस्थ करत होती. त्यातच ग्रेटा नियमितपणे वर्तमानपत्रांतील नि मासिकांतील हवामानाविषयीची कात्रणे, व्हिडीओ, चित्रफिती गोळा करून त्यांना दाखवीत होती.

ग्रेटाचे आईवडील, मलेना आणि स्वान्ते स्वीडनमधले प्रसिद्ध जोडपे होते. दोघांनाही आपल्या व्यवसायानिमित्त जगभर भटकंती करावी लागे. विशेषत: मलेनाला वाद्यवृंदासोबत फिरावे लागे.

"तू विमानातून फिरतेस ना, तेव्हा एवढाएवढा कार्बन डायऑक्साइड वायू हवेत सोडला जातो," ग्रेटा आपल्या आईला समजावून द्यायची. एकदा त्यांचा गायन-दौरा टोकियोला होता. मलेना पार हरखून गेली होती. तिच्यासाठी संधीचे नवे द्वार खुले झाले होते. पण ती परत येताच ग्रेटाने तिच्या विमानप्रवासाचा सगळा प्रदूषणीय हिशेब तिच्यासमोर मांडला. मलेना आणि स्वान्ते यांना हळूहळू आपल्या लेकीची अभ्यासू मते पटू लागली. त्यांनी आपली जीवनशैली बदलायला प्रारंभ केला. जवळचा प्रवास सायकलवरून होऊ लागला. सार्वजनिक वाहनांचा वापर वाढला. लांबचा प्रवास ट्रेनने सुरू झाला. बाजारहाट करताना निसर्गमित्र वस्तूंची खरेदी होऊ लागली. घरात शाकाहार सुरू झाला. मांसाहारामुळे प्राण्यांची निपज करताना नि कत्तल करताना होणारे हवा-पाण्याचे प्रदूषण त्या कुटुंबाला खटकले आणि ते पूर्णतया शाकाहारी बनले. त्यांनी त्यांच्या घराभोवती भाज्यांची बाग फुलविली. सौरऊर्जेचा वापर सुरू केला. जेव्हा गरज भासेल, तेव्हाच फक्त विजेवर धावणारी कारगाडी वापरायला सुरुवात केली.

ग्रेटाच्या बालपणी तिच्या आईच्या कार्यक्रमासाठी त्या कुटुंबाला एका ठिकाणाहून दुसऱ्या ठिकाणी प्रवास करावा लागे. तिचे वडील एक भले गृहस्थ आहेत. आपल्या पत्नीच्या करियरसाठी त्यांनी आपल्या व्यवसायावर पाणी सोडले आणि ते तिच्यासोबत दौरे करू लागले. ग्रेटा आणि तिची धाकटी बहीण बियाता या आपल्या दोन्ही मुलींची ते छान काळजी घेत. दोन्ही मुली मोठ्या झाल्या, तेव्हा ते कुटुंब स्टॉकहोममध्ये स्थायिक झाले. परंतु, मलेनाला संगीत कंपनीतर्फे जगभर फिरावे लागे.

पुढे ग्रेटाच्या मनधरणीपुढे मलेनाने मान तुकविली आणि तिने लांबचे दौरे बंद केले.

जितका प्रवास दूरचा, तितके प्रदूषण जास्त; तेव्हा प्रवास टाळायचा हे तत्त्व त्यांनी अंगीकारले.

स्वीडनच्या संसदेच्या फुटपाथवरून उमटलेला ग्रेटाचा आवाज युरोपभर दुमदुमला होता. तिथली निवडणूक पार पडली आणि तिने लोकांच्या हवामान मोर्चात (People's Climate March) भाग घेतला. हा मोर्चा एकाच वेळी सात शहरांत आयोजित केला गेला होता. ग्रेटाने मोर्चासाठी तयार केलेले भाषण सर्वत्र गाजले. नंतर ती बेल्जियममधील ब्रुसेल्स इथे गेली. ती फिनलंडला पोचली. ती लंडनलादेखील जाऊन आली. आपल्या चळवळीला पाठिंबा मिळावा म्हणून तिला युरोपभर जावे लागणार होते. त्यासाठी तिला आपल्या आईवडिलांचं सहकार्य आणि आधार हवा होता. त्या दोघांनी तिला प्रोत्साहन दिले. आपल्या मुलीचा आग्रह त्यांना रास्त वाटत होता. त्यासाठी ते तिच्यासोबत प्रवास करायला तयार होते. जमिनीवरून आणि समुद्रातून प्रवास करणे खूप त्रासदायक आणि

वेळखाऊ होते, पण ग्रेटाची मानसिक तयारी झाली होती. स्वच्छ पर्यावरणासाठी ती जिवाची बाजी लावायला तयार होती. शाळेत आज्ञाधारक असलेली ग्रेटा पुरती बंडखोर बनली होती. लहान वयामुळे आपल्याला मतदान करता येत नाही म्हणून काय झाले? मोठ्यांनी निवडून दिलेल्या राजकीय पुढाऱ्यांना आपण जागे तर करू शकतो ना? ही तिची धारणा प्रबळ झाली होती. जगातल्या विविध कोपऱ्यात निरनिराळी मंडळी पर्यावरणासाठी झगडत आहेत हे वाचून तिचे मनोबल वाढत होते. परक्या लोकांसमोर केलेली तिची इंग्रजी भाषेतील मोठमोठी गंभीर भाषणे ऐकून तिच्या आईवडिलांना किती अभिमान वाटे! तिचे धाडस आणि विविध कल्पना कौतुकास्पद होत्या. जगाच्या दुसऱ्या बाजूला असलेल्या ऑस्ट्रेलियात तिचा आवाज पोचला आणि तिथली मुलेदेखील आंदोलनात उतरली. खुद्द ऑस्ट्रेलियाच्या पंतप्रधानांनी मुलांना 'शाळेत जाण्याचे' आवाहन केले, तेव्हा ग्रेटाने आपल्या इन्स्टाग्रामवरून त्यांना उत्तर धाडले– 'I am Sorry Prime Minister Scott Morrison, but we can't obey.' (माफ करा पंतप्रधान स्कॉट मॉरिसन, पण आम्ही ही आज्ञा पाळू शकत नाही.)

या घटनाक्रमामुळे उद्‌भवलेली ही नवी परिस्थिती ग्रेटाच्या आईवडिलांच्या अक्षरश: अंगावर आली होती. ते काहीसे भांबवून गेले होते. त्यांनी वारंवार ग्रेटाला सावध करण्याचा प्रयत्न केला, पण तिच्या हट्टापुढे त्यांचे काही चालेना. प्रत्येक शुक्रवारी संसदेसमोर जमा होऊन ती सहकारी मुलांना आंदोलन सुरू ठेवण्याचे आवाहन करत राहिली. ती पुन्हा शाळेत जाऊ लागली, तेव्हा तिच्या पालकांना आणि शिक्षकांना हायसे वाटले. पण तिने आंदोलन सुरूच ठेवले. ती आपला अभ्यास नेटाने पार पाडी. तर सुटीच्या वेळात आपल्या अभियानात रममाण झाली. स्वीडनच्या हुडहुडी भरवणाऱ्या थंडीत बर्फ तुडवित ती फिरे आणि आपल्या आंदोलनाचा प्रसार करी. आपल्या धाकट्या बहिणीसाठी आणि लाडक्या कुत्र्यासाठी तिच्याकडे वेळ नसे. तिने शाळेत चांगले गुण मिळवल्यामुळे तिचे पालक तिला सहकार्य करत. त्यामुळे तिचे धैर्य वाढत गेले.

अशा प्रकारे तिचा आत्मविश्वास भलताच वाढला. आता तिथले लोक तिच्या या चळवळीत रस दाखवू लागले होते. पत्रकार ग्रेटाची बाजू घेऊन लिहीत होते. ते तिच्या मुलाखती घेत होते. ती त्यांच्या प्रश्नांना चपखल उत्तरे देत होती. अनोळखी लोकांशी माहितीचे आदानप्रदान करताना ती थकून जाई, पण तिने माघार घेतली नाही. तिच्या या साऱ्या उपक्रमात तिचे वडील खंबीरपणे तिच्या पाठीशी होते. तिच्यासाठी कित्येकदा ते

तिच्यासोबत व्यासपीठावर बसत. ते लेखक असल्यामुळे तिची भाषणे तयार करीत. पत्रकार त्यांच्याशी देखील प्रश्नोत्तरे करीत. तेही नेटकी उत्तरे देत. बाप-लेकीची छान जोडी जमली होती. त्यांच्या आधारामुळे ती ठिकठिकाणची आमंत्रणे स्वीकारू शकत होती.

ग्रेटाला न्यू यॉर्क, सॅन फ्रान्सिस्को, कॅनडा इथून आमंत्रणे येत होती. हवाई मार्गाने लांबचा प्रवास करायला तिचा विरोध होता. त्यामुळे ती अशी आमंत्रणे टाळत होती. त्यापेक्षा तिची जवळच्या ठिकाणांना पसंती असे. काही स्थळे तर तिच्या चळवळीच्या दृष्टीने महत्त्वाची होती.

२०१९च्या जानेवारीअखेर तिला स्वित्झर्लंडमधील डेवोस इथे जावे लागले. १९७० पासून जानेवारी महिन्याच्या अखेरीस येथे एक परिषद भरते. जगभरचे नेते, शास्त्रज्ञ, विद्वान, अर्थतज्ज्ञ, पत्रकार तिथे जमतात. आणि जगाला भेडसावणाऱ्या आणीबाणीच्या समस्यांवर चर्चा करतात. आल्प्स पर्वताच्या कुशीत भरणारी वर्ल्ड इकोनॉमिक फोरमची ती

परिषद अत्यंत गोपनीय असते. युरोपातील कुडकुडविणाऱ्या थंडीत ३० तासांचा खडतर प्रवास करून ग्रेटा तिथे पोचली होती. त्या परिषदेत मोठमोठ्या व्यक्तींसमोर ती नेहमीच्याच बाणेदारपणे बोलली. तिथे तिला चिंपांझी माकडांची तारणहार जेन गुडाल आणि वेगवेगळ्या क्षेत्रातील अन्य मोठी माणसे भेटली. तिचे धारदार शब्द बऱ्याच नेत्यांना स्तब्ध करून गेले होते. तिथले भाषण संपवून ती डेवोस नगरीच्या रस्त्यावर आली आणि आपल्या हातातील फलक उंचावत तिने इतर मुलांसोबत निर्दशने केली.

तिला भीती वाटते

प्रश्न! प्रश्न!! प्रश्न !!!

अगदी बालवयापासून तिला हवामानाविषयीच्या प्रश्नांनी घेरले होते. आठ वर्षांची असल्यापासून ती 'ग्लोबल वॉर्मिंग' हा शब्द ऐकत होती. माणसाने आपल्या स्वार्थासाठी निसर्गाला ओरबाडणे सुरू केले आणि त्याचा परिणाम म्हणून हवामान बदलण्याची प्रक्रिया सुरू झाली, असे तिला शाळेतून कळले. आपण वीज वाचविली पाहिजे, कागदाचा पुनर्वापर केला पाहिजे, या गोष्टी ती शाळेत शिकली. मग तिला प्रश्न पडू लागले. असंख्य जीवांपैकी माणूस हादेखील या वसुंधरेवरचाच एक प्राणी आहे. पण तिचं अस्तित्व धोक्यात आणण्याची ताकद त्याच्यात कुठून आली?

पृथ्वीच्या जीवनचक्रात माणसाने इतके घोळ घालून ठेवले असतील, तर मग माझ्या आजूबाजूचे कुणीच त्याबद्दल काही बोलत का नाहीत?

उद्या कदाचित आपल्याला श्वासच घेता येणार नाही अशी अवस्था येऊ शकते, याची कुणाला भीती कशी वाटत नाही?

आपल्या घराला आग लागली असताना आपण निवांत गप्पा मारत आणि सिनेमा बघत बसू का?

आणि तिच्या लक्षात आले की आपण सारे नेमके तेच करत आहोत.

आपण पृथ्वीच्या पोटातील खनिज तेल, कोळसा उपसतो. त्यांचा इंधन म्हणून भरमसाठ वापर करून वातावरणाला हानी का पोहचवित आहोत? आपण या इंधनांचा वापर का थांबवत नाही?

आजही जंगले कापली जातात, त्यावर बंदी का नाही?

एरवी छोट्याछोट्या गोष्टीवर गदारोळ माजविणारी आणि धुमाकूळ घालणारी प्रसारमाध्यमे या संकटावर गप्प का आहेत?

त्याबद्दल सामान्य माणसाला कुणी काही सांगत का नाही?

जगात एवढे बडे नेते आहेत, त्यातले कुणी काही करत का नाही?

या प्रश्नांची उत्तरे तिला हवी होती आणि म्हणून तिने बोलायचे ठरविले. जगभरच्या मुलांना सोबत घेऊन मोठ्यांना जाब विचारण्याचे ठरविले. कारण आज आपण निसर्गाशी ज्या तऱ्हेने वागतो, तसेच वागत राहिलो, तर सन २०३० पर्यंत 'माघारी परतण्याची वेळ' (point of no return) निघून गेलेली असेल. आपल्या चुका सुधारण्याची संधी आपण गमावून बसलेलो असू, हे मुलांना कळून चुकले आहे. पण ज्यांचे हितसबंध गुंतलेले आहेत असे उद्योगपती, कंपन्या आणि राजकीय नेते आंदोलक मुलांवर अतिरेकीपणाचा आरोप करत आहेत. या आरोपाला उत्तर देताना ग्रेटा म्हणते, "आम्ही जे सांगतो ते विद्वान शास्त्रज्ञांनी सिद्ध केले आहे."

हवामानाची आणीबाणीची परिस्थिती असताना आणि वयाच्या पंचविसाव्या वर्षानंतर मला श्वासदेखील घेता येणार नसेल, तर मी शाळेत जाऊन अभ्यास तरी कशाला करायचा? तसा आग्रह करण्याचा अधिकार मोठ्यांना आहे का? आम्हा मुलांच्या

SKOLSTREJK
FÖR
KLIMATET

भवितव्याची वाट लावण्यात मोठी माणसे व्यग्र असताना आम्ही मुलांनी झापडे लावून शाळा-कॉलेजात मुकाट्याने शिकत बसावे, हा मूर्खपणा नाही का?

इतक्या मोठ्या प्रमाणात कार्बन उत्सर्जनावर आळा घालणे शक्य नाही, असे काही राजकारणी आणि उद्योगपती माणसे म्हणतात. पण शास्त्रज्ञ सुचवतात त्याप्रमाणे आपण जीवनशैली बदलू शकतो. या संकटावर मात करू शकतो. चंद्रावर जाणे तरी कुठे 'शक्य' होते? अशक्य वाटणाऱ्या कितीतरी गोष्टी माणसाने शक्य केल्या आहेत ना? मग इथे हात आखडता का घेता?

इतकी आणीबाणीची परिस्थिती असताना खरे तर प्रत्येक देशाच्या संसदेत, वर्तमानपत्रात, टी.व्ही.वाहिनीवर, शाळा-कॉलेजांत, वर्गात हीच चर्चा असायला नको का? तसे काही घडताना दिसते का तुम्हाला?

मोठमोठे क्लायमेट सायंटिस्ट आणि पर्यावरण नेते नि कार्यकर्ते जगभर विमानाने फिरून नुसत्या चर्चा करण्यात मग्न आहेत. आपला हवाई प्रवास, आपण खातो ते मांस, आपण पितो ते दूध या सगळ्यांमुळे कार्बन उर्त्सजनात भर पडते, हे त्यांना कळत नसेल का?

या आणि अशा प्रश्नांच्या उत्तरांची मागणी करत ग्रेटा आपले अभियान पुढे रेटत आहे. ती कळवळून मोठ्यांना विचारते आहे– "२०७८ साली मी पंच्याहत्तर वर्षाची होईन. जर मी वयाच्या १०० वर्षापर्यंत जगले, तर २१०३ साली मी जिवंत असेन. पण २०५० सालानंतर पृथ्वीवर मानववंश शिल्लक असण्याइतके वातावरण उरेल का, याची शास्त्रज्ञांना चिंता लागून राहिली आहे.... म्हणजे १०० वर्षे सोडा, मी वयाची ५० वर्षेसुद्धा गाठू शकणार नाही... म्हणजे माझ्या वाटेचं निम्मं आयुष्य गेलं! आज तुम्हाला माझ्या वयाची मुलं असतील, नातवंडं असतील, त्यांच्याही वाट्याला तेच येणार आहे. तुम्ही मोठी माणसं तुमच्या लाडक्या मुलांच्या भविष्यावर दिवसाढवळ्या दरोडा घालून आपले खिसे भरत आहात, हे लक्षात येतंय का तुमच्या?

जागतिक नेत्यांकडे आमच्या भविष्याची भीक मागण्यासाठी आम्ही मुलं रस्त्यावर उतरलो नाही. याआधी त्यांनी मुलांची पर्वा केली नाही आणि पुढे करतील याची शाश्वती नाही. या नेत्यांना आम्हाला एवढंच सांगायचं आहे की, त्यांना मान्य असो वा नसो, आता आहे ती परिस्थिती बदलणार आहे. आम्ही मुलं ती बदलणार आहोत. तुम्ही लहान मुलांसारखे वागत आहात, त्यामुळे आम्हा मुलांना शहाण्यासारखं वागण्यावाचून पर्याय नाही.

या जगातल्या सगळ्या बड्या नेत्यांना, उद्योगपतींना, श्रीमंत भांडवलदारांना माझं

आवाहन आहे... मी चुकीचं बोलतेय असं तुम्हाला वाटत असेल, तर तसं सिद्ध करा. सत्याची बाजू घ्या. I ask you to stand on right side of the history. (इतिहासाच्या योग्य बाजूस उभे राहण्याचे मी आवाहन करते.) पृथ्वीची तापमानवाढ दीड अंशाच्या आत राखली जावी यासाठी जे शक्य आहे ते सगळं करा. तुमच्या उत्पादनाची पद्धत बदला. व्यवसायाची रीत बदला. राजकारणाची दिशा बदला. सरकारांचे निर्णय बदला.''

त्यामुळेच जानेवारी २०१९च्या अखेर स्वित्झर्लंडमधील डेवोस इथे भरलेल्या आर्थिक परिषदेत ती म्हणाली, ''I don't want your hope. I don't want you to be hopeful. I want you to be panicky.'' (मला फक्त पोकळ आशावाद नको आहे तर तुमच्यामध्येही हे भय दिसायला हवे आहे.)

ती फेब्रुवारी २०१९मध्ये ब्रुसेल्सला गेली होती. तिथे युरोपियन युनियनचे भव्य कार्यालय आहे. फ्रान्स, जर्मनी, इटली, बेल्जियम आणि लक्सेंबर्ग या देशातील प्रतिनिधींना तिने संगितले, ''वसुंधरेचे प्रश्न आपोआप सुटणारे नाहीत. तुम्ही अभ्यास करून ते समजून घ्या. तुम्ही आतापर्यंत जो गोंधळ घातला आहे, तो आम्हा मुलांना निस्तरायचा आहे आणि आमचं ध्येय गाठेपर्यंत आम्ही स्वस्थ बसणार नाही.''

त्या वेळी मुलांच्या शाळा बुडविण्याच्या प्रस्तावावर इंग्लंडच्या पंतप्रधान थेरेसा मे यांनी टीका केली होती. ग्रेटाने ब्रुसेल्समधील व्यासपीठावरून उत्तर दिले, ''आम्ही शाळेत न जाता आमचा बहुमूल्य वेळ वाया घालवितो अशी काही मंडळी टीका करत आहेत. पण राजकारण्यांनी दशकं गेली तरी पृथ्वीवर आलेलं संकट निवारण्यासाठी काहीच केलेलं नाही. आता तुम्ही आमच्या चळवळीत या आणि काहीतरी चांगलं करून दाखवा.''

१५ मार्च, २०१९ रोजी जगातील हजारो पर्यावरणप्रेमींनी धरणे धरली आणि ग्रेटाला पाठिंबा दर्शविला. सुमारे १२३ देशांतील २००० शहरांत निषेधाचा वणवा पेटला होता. एकट्या इटलीत दहा लाख तरुण रस्त्यावर उतरले होते. तो मोर्चा मुलांचा होता आणि आपल्या भविष्याच्या काळजीने व्यथित झालेली ती कोवळी मने निर्भीडपणे पत्रकारांच्या चौकशीला तोंड देत होती.

ही सारी धडपड नि खटपट करत असताना, ग्रेटाला पूर्ण जाणीव होती की लहान मुले या जागतिक समस्येवर ठोस काही करू शकणार नाहीत. 'भविष्यासाठी शुक्रवार' हा नेते मंडळींपुढे ठेवलेला एक प्रकारचा शांतीचा प्रस्ताव होता. गेले वर्षभर मुलांनी चिकाटीने आंदोलने सुरू ठेवली आहेत आणि ती मोठ्यांना जगाच्या समस्या धसास लावण्यास प्रवृत्त करत आहेत.

ग्रेटा उवाच

ग्रेटाच्या बोलण्यात कुठलाही आव किंवा आविर्भाव नसतो. तिच्या वक्तव्याला अभिनिवेशाची वा उपदेशाची झालर नसते. साधे आणि सोपे, विज्ञानदृष्ट्या तर्क पक्के असलेले तिचे विचार ऐकणाऱ्यांना अंतर्मुख करतात. तिची हाक लहान आणि मोठे दोघांच्याही मनांचा ठाव घेणारी असते. तिच्या या बोलण्याचा जनतेवर होणारा परिणाम स्पष्टपणे दिसून आला आहे. अवघ्या तीन महिन्यांत ही शाळकरी पोर जगातील पर्यावरण चळवळीची राजदूत बनली. पर्यावरणवादी आणि सामाजिक संघटना, विविध देशांच्या संसदा, जागतिक परिषदा तिला व्याख्यानासाठी आमंत्रित करू लागल्या आहेत.

संयुक्त राष्ट्रसंघाच्या हवामान बदलाविषयीच्या परिषदेसाठी ग्रेटा अमेरिकेत गेली, तेव्हा अमेरिकी काँग्रेसमधील भाषणात तिने भावनिक साद घातली होती. ''आपली पृथ्वी मृत्युशय्येकडे जात आहे. पृथ्वीच्या परीकथा सांगण्याचे दिवस आता संपले आहेत. तुम्ही

जागतिक तापमानवाढीच्या संकटाला गांभीर्याने घ्यावं, असं माझं स्वप्न आहे. ते पूर्ण केलंत, तर मी माझ्या लाडक्या बहिणीकडे आणि पाळीव कुत्र्याकडे परत जाईन. मला त्यांची खूप आठवण येतेय.'' तिने साऱ्यांना कळकळीचे आवाहन केले की, ''माझं ऐकू नका, किमान शास्त्रज्ञांचं तरी ऐका.''

८ सप्टेंबर, २०१८ला स्टॉकहोम इथे हवामानाकरता जनमोर्चा (people's climate march) आयोजित केला होता. तिथे ग्रेटा एखाद्या सराईत वक्त्याप्रमाणे बोलली. ''आमच्या शाळा बंद आंदोलनाचा राजकीय पक्षांशी काडीमात्र संबध नाही. त्यांचं राजकारण आणि त्यांचे पोकळ शब्द यामुळे हवामान आणि जीवसृष्टी यांच्यात काहीच बदल घडणार नाही. आमच्या या कृतीमुळे हा बदल घडू शकतो. आमची आरोळी म्हणा, टाहो म्हणा, आक्रंदन म्हणा; ही मदतीची हाक आहे. हवामानाविषयी अजूनही विशेष न लिहिणाऱ्या सर्व वर्तमानपत्रांकरिता आणि या संकटाला संकट न समजणाऱ्या सर्वांसाठी ही हाक आहे. हवामान आणि पर्यावरण याशिवाय इतर सगळ्या गोष्टींसाठी भूमिका घेऊन वजन खर्च करणाऱ्या प्रभावशाली व्यक्तींकरता आणि हवामानाकडे गांभीर्याने पाहत असल्याचं ढोंग करणारे राजकीय पक्ष आणि राजकारणी यांच्यासाठी ही हाक आहे. या सर्व घडामोडी चालू असताना काहीच झालं नाही असं मानणारं तुमचं मौन सर्वांत वाईट आणि घाणेरडं आहे.''

पोलंडमधील कॅटोविस या छोट्याशा शहरात संयुक्त राष्ट्रसंघाची 'क्लायमेट चेंज सी.ओ.पी. २४' या नावाची परिषद २०१८च्या डिसेंबरला भरली होती. 'सी.ओ.पी.

म्हणजे 'कॉन्फरन्स ऑफ पार्टीज'. संयुक्त राष्ट्र संघाच्या ज्या हवामान परिषदा भरतात त्यांना सी.ओ.पी. म्हणतात. या परिषदेत जगातल्या सर्व देशातील प्रतिनिधी हजेरी लावतात. आपल्या विजेवर धावणाऱ्या कारमधून दोन दिवस प्रवास करत ग्रेटा तिथे पोहोचली आणि त्या परिषदेपुढे बोलताना ती काहीशी आक्रमक झाली– "तुम्ही चोर आहात. माझं भविष्य नि भवितव्य चोरलंय तुम्ही. माझं घर आगीत जळतंय आणि त्याला तुम्ही कारण आहात. स्वत:ला सुबुद्ध समजणाऱ्या मोठ्यांनो आणि राजकरण्यांनो, आग लागलेली दिसत आहे तरी तुम्हाला त्याची धग कशी जाणवत नाही? तुम्ही काही करण्याची चपळाई का नाही दाखवत? आधी मान्य करा की 'ग्लोबल वॉर्मिंग' हे आमच्या आणि त्यानंतरच्या पिढ्यांच्या अस्तित्वावर ओढवलेलं संकट आहे. ते केवळ तुमच्या नाकर्तेपणामुळे! सायन्सच्या पदव्या घेण्याचे कसले सल्ले देताहात? शास्त्रज्ञांनी दिलेल्या सल्ल्याकडे आधी गांभीर्याने पाहायला शिका. या उत्पातावर मात करायची असेल, तर इंधनाचा अवास्तव वापर थांबवून पर्यावरणाचा न्यायबुद्धीने विचार करा." संयुक्त राष्ट्रसंघाच्या इतिहासात असं विपरीत पहिल्यांदाच घडलं होतं. एक शाळकरी मुलगी जगातल्या बड्या व्यक्तींना खडे बोल सुनावत होती. परिषदेच्या ठिकाणी लोक मोठ्या संख्येने जमून राजकारण्यांच्या निषेधाच्या घोषणा देत होते. अमेरिकेच्या 'टाइम' मासिकाने

२०१८ सालातील धाडसी मुलगी म्हणून तिचा गौरव केला.

मॅनहटन हे न्यू यॉर्कमधील आर्थिक, सांस्कृतिक, माध्यम आणि मनोरंजन हब अशी ख्याती असलेले शहर आहे. तिथे चार लाख श्रोत्यांपुढे ग्रेटा त्वेषाने म्हणाली, "आपल्या घराला आग लागलेली असून, ही आणीबाणी आहे. ही परिस्थिती आणखी बिघडू नये म्हणून आम्ही प्रयत्नांची पराकाष्ठा करू. काही लोकांच्या नफ्यासाठी आमचं भविष्य हिरावून घेतलं जात असताना आम्ही अभ्यास करून उपयोग तरी काय? जगभर हीच परिस्थिती आहे. सत्तेमधील लोकांचे गोडगोड शब्द, पोकळ आश्वासनं आणि निष्क्रियता जवळजवळ सारखीच आहे. हीच नामांकित मंडळी आम्हा मुलांसोबत सेल्फी घेण्यास मात्र धडपडतात."

२३ सप्टेंबर, २०१९ रोजी संयुक्त राष्ट्रसंघाच्या एकदिवसीय अधिवेशनाचे उद्घाटन करताना तिने परखड शब्दांत सांगून टाकले : "वेळ निघून जात आहे. इथे सन २०५० पर्यंत कार्बन वायूचं शून्य उत्सर्जन करणारा कृती आराखडा करणाऱ्या नेत्यांनाच बोलण्याची संधी दिली जाणार आहे. हवामान बदल ही आपण हरत चाललेली लढाई आहे. परंतु, आपण ती जिंकूही शकतो." अशा प्रकारचे आशादायी वक्तव्य करत असताना ती भावनोत्कटतेने कंपित आवाजात म्हणाली, "मी इथे असणं चुकीचं आहे. मी समुद्रापलीकडे असलेल्या माझ्या शाळेत असायला पाहिजे होते. तुम्ही आम्हा मुलांना खोट्या आशा दाखवता. तुम्हाला ही हिम्मत होतेच कशी? तुम्ही माझं बालपण, माझी स्वप्नं हिरावून घेतली आहेत. मानव जातच लुप्त होण्याच्या मार्गावर असताना तुम्ही पैशांच्या आणि सर्वकाळ होणाऱ्या आर्थिक विकासाच्या परीकथा सांगत बसता. तुमची अशी हिम्मत होतेच कशी? तुम्ही पोक्त आणि पक्व नाही. तुम्ही आम्हाला फसवत आहात. तुमची ही फसवणूक आम्ही आता सहन करणार नाही. पुढील सर्व पिढ्यांच्या नजरा तुमच्यावर रोखलेल्या आहेत. आता आणि इथेच सोक्षमोक्ष लागला पाहिजे." ग्रेटाच्या आवेशयुक्त भाषणाचा परिणाम म्हणून फ्रान्स, जर्मनी, न्यूझीलंड या देशांनी कार्बन वायू उत्सर्जन कमी करण्यासाठी निधी वाढविण्याची घोषणा केली.

ग्रेटाच्या मते, नव्या जगात 'कार्बन' हे एकमेव चलन वापरात असले पाहिजे. कारण त्यावर या पृथ्वीचे भविष्य लटकले गेले आहे. दर दिवशी जीवसृष्टीतील दोनशे प्रजाती नष्ट होत आहेत. हे का घडते, तर आपण अज्ञानी आहोत, दुष्ट नव्हे! आम्ही मुले

रस्त्यावर उतरून आपल्या आजूबाजूला काय चालले आहे, हे सांगण्याचा प्रयत्न करत आहोत. हताश झालेली ग्रेटा म्हणते, ''निसर्गाचं सान्निध्य न लाभल्याने लहान मुलं विकाराचे बळी ठरत आहेत.'' (पाहा : परिशिष्ट २)

भविष्यासाठी शुक्रवार

पण ग्रेटा आपल्या चळवळीत यशस्वी कशी होणार? कारण आपण तिच्या संदेशातला अर्धाच भाग ऐकून घेतलेला आहे. पर्यावरणाच्या ऱ्हासाला जगभरचे राजकारणी जबाबदार आहेत, याबाबत शंकाच नाही. ॲमेझॉनचे जंगल जळत असताना ब्राझिलचे शासनकर्ते विकासाच्या पुंग्या वाजवत होते. अमेरिकेचे अध्यक्ष तर पर्यावरणरक्षणाची थट्टामस्करी करतात. आपल्या देशात तर या गंभीर विषयाबाबत आनंदच आहे! पण केवळ राजकारण्यांना दोष देण्यात अर्थ नाही. आपण प्रत्येकाने या उपक्रमात सहभागी व्हायला हवे. ग्रेटाच्या तीन मागण्या आहेत : Protect (रक्षण करा), Restore (पुनर्वसन करा) आणि Fund (निधी पुरवा). तिची चळवळ ही तरुणाईने हाती घेतलेला निसर्गरक्षणाचा अभूतपूर्व उपक्रम आहे. आपण आपली जंगले वाचवू या. तिथल्या पशुपक्ष्यांना रक्षण देऊ या. सृष्टीच्या आणि मानवतेच्या चांगल्या भविष्यासाठी

पैसा उभारू या.

क्लायमेट चेंज म्हणजे नेमके काय, या संकटाचे नक्की कोणते परिणाम आपल्याला पुढील आयुष्यात भोगावे लागणार आहेत हे सामान्य माणसाला अजून खरेच माहीत नाही. दर वर्षी महापुरात वाहून चाललेली शहरे, बेफाम पर्जन्यवृष्टी, अवचित येणारी चक्रीवादळे, दुष्काळ आणि समुद्री तुफानापुढे हात टेकून जीव गमावणारी माणसे, हजारो मृतदेहांचे ढिगारे, नैसर्गिक आपत्तींनी उद्ध्वस्त झालेले देश या साऱ्यांचा हवामान बदलाशी संबंध आहे. ‘कार्बन बजेट’ नावाचे काही आहे आणि आपण आपल्या वाट्याचा कार्बन वायूच्या रूपाने हवेत फुंकून सर्वनाशाच्या दिशेने निघालो आहोत, हे जगातल्या प्रत्येकाला माहीत असायला हवे, असे ग्रेटाचे म्हणणे आहे. जबाबदार माणसे पैसा जपून वापरतात, पण त्याहीपेक्षा अधिक जबाबदारीने आपण कार्बन खर्च करायला हवा. हे कुणी समजावून सांगत नाही, ही खेदाची बाब आहे. कारण जे सत्तेवर आहेत ते स्वत:च्या विकासात मग्न आहेत.

झारखंडमध्ये साडेतीन लाख वृक्ष तोडून धरण बांधायला घेतले आहे. मेट्रोसाठी उजाड करण्यात येणारे मुंबईतील ‘आरे’ हे जंगल नाही, असे आपण कोडगेपणाने जाहीर करत आहोत. छत्तीसगडमध्ये १७०० चौरस किलोमीटर जंगल तोडून कोळशाच्या खाणी खोदल्या जाणार आहेत. अशा प्रकारे आपले राजकरणी आपला आत्मा विकत आहेत. पण त्यांना निवडून कोण देतो? आपणच ना! आपणच हवेतला कार्बनडायऑक्साइड हा हरितगृहवायू वाढवित आहोत. वातावरण तापविण्यास हातभार लावत आहोत. त्याचा परिणाम ध्रुवीय प्रदेशातील हिमनद्या वितळण्यात होत आहे. दररोज १०० कोटी टन बर्फ

वितळत आहे आणि त्यामुळे समुद्राची पातळी वाढत आहे. आपण सारे तर समुद्राने घेरलेलो आहोत. उत्तर ध्रुवावरील बर्फात अनेक प्रकारची रोगराई दडलेली आहे. ते रोग आपल्या वाट्याला येतील, तेव्हा त्यातून उद्‌भवणाऱ्या आपत्तींना तोंड देण्याची आपली तयारीदेखील नसेल.

आपल्याला चंगळवादी जगण्यावर आवर घालायला हवा. आपल्या हव्यासापोटी घडणाऱ्या दैनिक कृतींतून हवामान बदलास हातभार लागत आहे. आपण वापरत असलेली वातानुकूलित यंत्रणा आपल्याला घरबसल्या थंडावा देत असली, तरी ती वसुंधरेचे वातावरण तापवत असते. त्यात वापरली जाणारी क्लोरोफ्लोरोकार्बन (CFC) रसायने ओझोनच्या संरक्षक थराला भेगा पाडते. आपण वेगाने गाड्या चालवितो, त्यातून बाहेर पडणारा कार्बनडायऑक्साइड खूप काळ हवेत राहतो. तो वातावरण तापवत राहतो.

अशा वेळी गरजेच्या नि आरामाच्या सुविधा वापरताना आपण स्वतःवर नियंत्रण ठेवायला शिकले पाहिजे. त्यासाठी क्लृप्त्या उपलब्ध आहेत:

दैनिक जीवनात साधारणतः मेजवान्यांमध्ये आणि पार्ट्यांमध्ये ३३% अन्न वाया जाते. ते तयार करण्यासाठी वापरलेली ऊर्जा फुकट जात असते. ते अन्न योग्य यंत्रणेतर्फे भुकेल्यांसाठी वापरता येऊ शकते.

ए.सी. स्लीप मोडवर आणि २२ ते २४ डिग्री सेल्सियस तापमानावर ठेवून वीज वाचवता येऊ शकते. सोसायटीच्या इमारतीत गिझरसाठी सोलार पॅनल बसवून वीज वाचविता येते. अखेर वीज तयार करण्यासाठी महागडे पेट्रोलियम पदार्थ जाळावे लागतात, हे आपण सर्वांनी लक्षात घेतले पाहिजे.

सार्वजनिक वाहनांचा वापर ऊर्जाबचतीसाठी आणि हवेचे प्रदूषण टाळण्यासाठी साहाय्यभूत ठरतो. एकाच दिशेने जाणाऱ्या खासगी वाहनात अनेकांनी प्रवास करणे हीदेखील निसर्ग मैत्रीची कृती ठरते. कार, गाडी यांसारख्या वाहनांना केवळ प्रतिष्ठेचे प्रतिक बनवू नका.

आठवड्यातून एकदा खासगी गाड्यांचा वापर टाळणे, मांसाहार न करणे, ए.सी.चा वापर न करणे, रासायनिक पदार्थ न वापरणे, प्लास्टिकचा वापर टाळणे वा त्याचा पुनर्वापर करणे, अन्नाची नासाडी न होऊ देणे; या छोट्याछोट्या कृती निसर्ग-रक्षणास हातभार लावू शकतात. या साऱ्या गोष्टी कलावंताकडून आणि पुढाऱ्यांकडून अपेक्षित करता येत नाहीत. ते रोज नवनवी वस्त्रप्रावरणे वापरुन भूलभुलैयाच्या दुनियेत वावरत असतात, महागड्या गाड्यांतून फिरत असतात. त्यांना पर्यावरणाचे काही देणेघेणे नसते. तेव्हा खंगत चाललेल्या पृथ्वीच्या संरक्षणासाठी झटणारी ग्रेटासारखी मंडळी आपली आदर्श (हीरो) बनायला हवीत. कमी बडबड आणि जास्त कृती हे आपले धोरण असले पाहिजे. आपले भविष्य आपणच घडविले पाहिजे.

ग्रेटाने त्यासाठी आठवड्यातला शुक्रवार हा दिवस निवडलेला आहे. तिच्या मार्गावर आपणही चालायचा प्रयत्न करायला हवा.

टाइम मासिकाने तिला 'टाइम पर्सन ऑफ द इयर' हा सन्मान दिला आहे. चिलीमधील, सांतीयगो येथे ती संयुक्त राष्ट्रसभेच्या परिषदेसाठी डिसेंबर २, २०१९ पर्यंत पोहचली खरी, पण ती जागा बदलून माद्रीदमध्ये भरलेल्या त्या सी.ओ.पी. २५ परिषदेत काहीच निष्पन्न झाले नाही, ही खेदाची बाब आहे. या

परिषदेचे बोधवाक्य होते. ‘टाइम टू ॲक्ट’ आणि बोधचिन्ह होते ‘पावणे बारा वाजलेले घड्याळ’. पृथ्वीचे ‘बारा’ वाजण्यासाठी खरेच थोडा वेळ आहे, हे त्यातून ध्वनित झाले होते.

हवेची होरपळ

आधुनिक काळातील जगणे पूर्णतया बदलले आहे. आपण खनिज इंधने जाळून गाड्या हाकतो. जमिनीच्या पोटातील कोळसा वापरून पॉवर स्टेशनमध्ये वीज निर्माण करतो आणि तिचा दिवे-पंखे, वॉशिंग मशीन, गिझर इ. साधने-उपकरणे चालविण्यास वापर करतो. भूमिगत नैसर्गिक गॅस वापरून घरे उबदार ठेवतो. पण ही इंधने जळून हवेचे प्रदूषण करतात. त्यामुळे हवेचे तापमान वाढवणाऱ्या हरितगृह वायूंची निर्मिती होते.

गेल्या २० वर्षांत जगभरचे तापमान वाढतच गेले आहे. त्यात गेल्या तीन वर्षांत तर तापमान अधिकाधिक वाढल्याचा अनुभव आहे. २०१७ हे वर्ष तर आतापर्यंतच्या इतिहासातील सर्वाधिक 'गरम' होते असे निरीक्षण आहे. हवेचे वाढते तापमान सरासरी दीड अंश सेल्शियस पर्यंत रोखले पाहिजे. हवेच्या सरासरी तापमानात यापेक्षा जास्त वाढ झाली, तर जगाच्या अनेक भागांत दुष्काळ पडतील. अन्नधान्याचा तुटवडा जाणवेल. सर्वत्र

स्थलांतर करणाऱ्यांची संख्या वाढेल. २०१७ मध्ये हवेतील कार्बन डायऑक्साइडचे प्रमाण ४०३ पी.पी.एम. (१०^६ म्हणजेच दशलक्षांश) इतके वाढले होते. याचा अर्थ हवेच्या दहा लाख भागात ४०३ भाग कार्बनडायऑक्साइड वायू होता. हे प्रमाण वाढतच जाणार आहे आणि तापमान अधिक वाढत जाणार आहे. कारण हा कार्बन वायू हवेला ताप देणारा हरितगृह वायू आहे. या तापमानवाढीमुळे दुष्काळासोबतच चक्रीवादळे थैमान घालतील. शिवाय, सागराच्या पातळीत होणाऱ्या वाढीमुळे किनारपट्ट्यांसाठी धोका निर्माण झाला आहे. अनेक सागरी किनारे पाण्याखाली जाणार आहेत. २०५० सालापर्यंत सागरी पातळीत होणाऱ्या वाढीचा फटका सुमारे चार कोटी भारतीयांसह अडीच कोटी बांगलादेशी, दोन कोटींपेक्षा जास्त चीनी, आणि सुमारे दीड कोटी फिलिपिन्समधील लोकांनाही बसण्याची शक्यता आहे. आपल्या देशात मुंबई आणि कोलकाता या शहरांना याचा सर्वाधिक तडाखा बसू शकतो. तसेच चीनमधील ग्वांगझाऊ आणि शांघाय, बांगलादेशातील ढाका, म्यानमारमधील यांगून, थायलंडमधील बँकॉक, व्हिएतनाममधील हो चि मिन्ह आणि हैफोंग या शहरांनादेखील मोठा धोका आहे. या देशातील किनारपट्ट्यांवर चक्रीय वादळे हैदोस घालतील आणि आर्थिकदृष्ट्या गरीब लोकांची वाताहत होईल. जगभरात पाण्याचे व्यवस्थापन विस्कळीत होऊन रोगराई वाढीस लागेल. परंतु जगभरातील नेते संशोधक आणि वैज्ञानिकांच्या मतांना जुमानत नाहीत. उलट तापमानवाढीचे वृतान्त हे विकास रोखण्याचे कारस्थान समजतात.

इंटर गव्हर्नमेंटल पॅनल ऑन क्लायमेट चेंज (IPCC) ही संयुक्त राष्ट्रसंघाने स्थापन केलेली संस्था आहे. जगातले १९५ देश तिचे सदस्य आहेत. ही संस्था हवामानाचे

नियमित विश्लेषण करून वृतान्त तयार करत असते. त्यानुसार साऱ्या जगताला धोक्याची सूचना देत असते. हवेत कार्बनडायऑक्साइड हा वायू उत्सर्जित करण्याच्या कृतीला कार्बनच्या पाऊलखुणा (carbon footprint) म्हणतात. औद्योगिक क्षेत्रातील प्रदूषणातून किंवा विविध मानवी कृतींतून या पाऊलखुणा मोजून त्यावर कार्बनकराच्या रूपाने नियंत्रण ठेवले जात आहे. पृथ्वीचे वाढत जाणारे तापमान दीड डिग्री सेल्सियसपर्यंत मर्यादित ठेवले पाहिजे आणि त्यासाठी कार्बन वायू उत्सर्जन थोपवायला हवे, असे हवामानतज्ज्ञ सांगत आहेत. ही दीड डिग्रीची मर्यादा ओलांडली जाऊ नये म्हणून ग्लोबल कार्बन बजेटमध्ये १ जानेवारी, २०१८ पर्यंत कार्बनवायू उत्सर्जन करण्याची मुभा ४२० गिगाटन होती. एक गिगाटन (१०^९) म्हणजे दशकोटी टन होय. दर वर्षी जगभर साधारण ४२ गिगाटन कार्बन हवेत ओकला जात आहे आणि आता केवळ ३६० गिगाटनचे बजेट शिल्लक आहे.

जागतिक पातळीवर निसर्गात मोठ्या प्रमाणात आंतरिक बदल होत आहेत.

अमेरिकेतील गोठविणारी थंडी, ऑस्ट्रेलियातील कडक उन्हाळा, भारतात वाढलेला पर्जन्यमानाचा काळ, या सर्व घटनांना मानवी हस्तक्षेप कारणीभूत आहे. पृथ्वीच्या तापमानवाढीस ९५% मानवी हस्तक्षेप कारणीभूत आहे. मानवी हस्तक्षेपाला आळा घालण्यास आंतरराष्ट्रीय संघटना कमी पडत आहेत. हरितगृह वायूंचे उत्सर्जन रोखण्यात अद्याप कोणतीही सक्षम यंत्रणा उभारण्यात आलेली नाही. तेव्हा संघटनांवर अवलंबून राहण्यापेक्षा पर्यावरणप्रेमींनी 'जागतिक विचार आणि स्थानिक आचार'या उक्तीनुसार वैयक्तिक पातळ्यांवर उपाय योजना आखायला हव्यात.

जागतिक आरोग्य संघटनेच्या प्रमाणांनुसार, हवेतील गुणवत्ता निर्देशांक (air quality index) ६०च्या आत असणे म्हणजे आरोग्यास हितकारक पर्यावरण होय. पण दिल्लीसारख्या राजधानीच्या ठिकाणी हा निर्देशांक ३०० पर्यंत पोहोचतो. किती धोक्याचे आहे हे! हा धोका सर्वसामान्यांना कळावा म्हणून देशातील मुख्य शहराच्या चौकाचौकात हा निर्देशांक दिसला पाहिजे. त्यानुसार सुरक्षा यंत्रणा वापरता येईल. हा निर्देशांक खालीलप्रमाणे जोखला जातो:

० ते ५० चांगली गुणवत्ता

५१ ते १०० समाधानकारक (पण संवेदनशील व्यक्तीस अपायकारक)

१०१ ते २०० मध्यम (श्वसनाच्या विकारांस कारणीभूत)

२०१ ते ३०० वाईट (आरोग्यास घातक)

३०१ ते ४०० खूप वाईट (संवेदनशील व्यक्ती घराबाहेर पडू शकत नाही)

४०१ ते ५०० गंभीर

हा निर्देशांक ४०० च्यावर गेला तर आणीबाणी जाहीर करावी लागते. शाळांना सुट्टी द्यावी लागते. गलिच्छ हवेची किंमत लोकांना आरोग्यातून चुकवावी लागते. म्हणूनच दिल्ली हे शहर देशाची नव्हे, तर दम्याची राजधानी झाली आहे. दिल्लीच्या 'सायन्स अँड एन्वायर्नमेंट' या संशोधन संस्थेने प्रदर्शित केलेली 'स्वच्छ व गलिच्छ हवेतील लोकांच्या फुप्फुसाची चित्रे, याची साक्ष देतात. स्वच्छ हवेत वावरणाऱ्या लोकांची फुप्फुसे मूळच्या गुलाबी रंगाची नि एकसंघ असतात, तर अस्वच्छ हवेत राहणाऱ्या लोकांची फुप्फुसे तांबूस, काळसर आणि चिरा पडल्यागत दिसतात.

हवेत वावरणारे घनकणदेखील आरोग्याला हानी पोहचवतात. हवेतील २.५ मायक्रोनपेक्षा कमी आकाराच्या घनकणांना 'पी.एम. २.५ (particulate matter) म्हणून संबोधतात. कारखान्यातला आणि वाहनांचा धूर, काडीकचऱ्याचे ज्वलन, धुळीचे वादळ

यातून निर्माण होणारे घनकण अतिशय कमी वजनाचे असल्यामुळे ते प्रदीर्घ काळ हवेत तरंगत राहतात. श्वसनावाटे हे कण थेट फुप्फुसांमध्ये आणि रक्तवाहिन्यांमध्ये घुसून तिथे ठाण मांडतात. या घनकणांमुळे हृदय विकाराचा वा मेंदूचा झटका, अस्थमा, कर्करोग असे गंभीर आजार जडतात.

आपल्या देशात दर वर्षी १२.४ लाख लोक प्रदूषित हवेचे बळी ठरतात. प्रत्येक बळी अथवा मृत्यू हा विषारी हवेमुळे होतो. हृदयविकाराचा आणि मज्जासंस्थेचा झटका, कर्करोग, फुप्फुसाचे विकार, श्वसनयंत्रणेचे आजार यासाठी ही खराब हवा कारणीभूत ठरते. आपल्या देशातील सरासरी गुणवत्ता निर्देशांक १०१ ते २०० मध्ये असतो आणि तो ५०० पर्यंत वाढत राहतो. काही शहरांत सूक्ष्म घनकण विपुलतेने आढळतात. २०१३ साली चीनच्या बीजिंगमध्ये खराब हवेमुळे 'हवाबाणी' (Arpocalips) जाहीर करण्यात आली होती. ती वेळ आपल्यासाठी आता दूर नाही.

एका बाजूने निसर्गनिर्मित plants (वनस्पती) 'प्रकाश-संश्लेषण' या जादुई प्रक्रियेद्वारे

अन्न तयार करण्यासाठी हवेतला कार्बनडायऑक्साइड शोषून घेतात आणि हवेत ऑक्सिजन मुक्त करून तिला स्वच्छ ठेवतात, तर दुसऱ्या बाजूने मानवनिर्मित plants (कारखाने) हवेत कार्बन-वायू ओकत असतात. किती हा विरोधाभास!

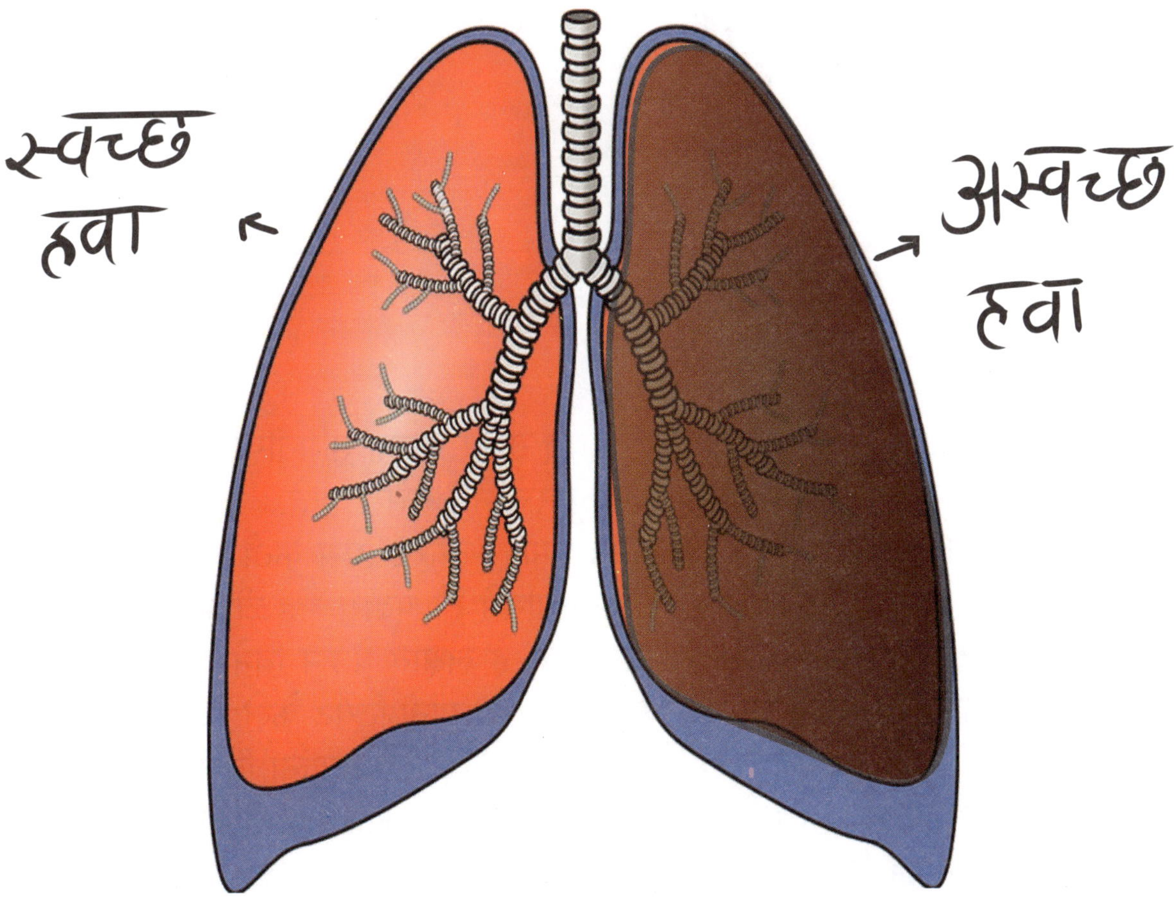

कौतुक आणि टीका

२० सप्टेंबर, २०१९ रोजी ग्रेटाने संयुक्त राष्ट्रसंघाच्या समितीपुढे घणाघाती भाषण केले, तेव्हा तिच्या पुढ्यात जागतिक पातळीवरचे नेते बसले होते. ''तुम्ही माझं भविष्य विस्कटून टाकता आहात, तेव्हा वाढत्या प्रदूषणावर त्वरित ठोस कृती करा,'' असे तिने साऱ्यांना ठणकावून सांगितले. तिच्या त्या निर्धाराने ती पुढारी मंडळी प्रभावित झालेली दिसली. ''आपली पिढी नाहक बळी जात आहे, हे लक्षात घेऊन तिने आवाज उठविला आहे,'' असे अमेरिकेचे माजी अध्यक्ष बराक ओबामा यांनी ट्विट केले. अर्थात, त्या १६ वर्षांच्या धाडसी मुलीवर टीका करणारेदेखील पुढे सरसावले. त्यांना तिचे वागणे काहीसे मनोरुग्णासारखे वाटले. तिची व्यक्त होण्याची पद्धत नाझी पद्धतीसारखी असल्याचे भासली. ''ती पोर किती खुशीने आपल्या तेजोमय आणि आनंदी भविष्याविषयी बोलत होती,'' असे खोचक ट्विट अमेरिकेच्या आजी अध्यक्षांनी, डॉनल्ड ट्रम्पने केले. ती खूप

लहान आहे आणि तिला प्रौढांच्या नजरेतून या विषयाकडे बघता येणार नाही, असेही मत व्यक्त झाले. खुद्द तिच्या भावाने तिच्या कृतीवर टीका करून घरचा आहेर दिला– जगभरच्या मुलांच्या मनामध्ये ग्रेटाने भीती भरवली आहे आणि सरकारे निकामी आहेत असा त्यांचा समज करून दिला आहे, हे योग्य नाही.

दुसरा एक मुद्दा पुढे रेटण्यात आला तो म्हणजे हवामानासंबधी उद्रेक हा राजकीय आहे. ती विज्ञानाची चळवळ नाही. अन्यथा या चळवळीत शास्त्रज्ञांनी पुढाकार घेतला असता. स्वीडनमधली मुलगी मानसिकदृष्ट्या आजारी असून तिच्या आईवडिलांनी तिला लाडाने आणि प्रसिद्धीच्या हव्यासाने या उपक्रमात ढकलले आहे आणि जगभरची डाव्या विचारसरणीची मंडळी तिला पुढे पुढे करत आहेत. ही मुलगी ऑटिझम या आजाराची शिकार असून ती स्वमग्न बनली आहे, असाही दावा काहींनी केला. त्या आजारातून आलेल्या नैराश्यातून ती असा विचित्र आक्रस्ताळेपणा करत आहे, अशीही टीका करण्यात आली. नंतर ज्या फॉक्स न्यूज या न्यूज चॅनलवर ही बोचरी टीका झाली, त्या न्यूज एजन्सीने ग्रेटाची आणि प्रेक्षकांची जाहीर माफी मागितली आणि ग्रेटावर अश्लाघ्य टिप्पणी करणाऱ्या पत्रकाराला डच्चू दिला.

लहानगी ग्रेटा या मोठ्यांच्या विरोधी सुराने जराही डगमगली नाही. कारण ती कुठले राजकारण खेळत नव्हती तर आपल्या चांगल्या भवितव्यासाठी केवळ विनवणी करत होती. विशिष्ट विचारसरणीच्या गटाच्या हातचे बाहुले बनलेल्या लोकांकडे लक्ष न देण्याचे तिने सुज्ञपणे ठरविले.

हॉलिवूड अभिनेता आणि कॅलिफोर्नियाचे माजी गव्हर्नर अर्नोल्ड स्वाईझेंगर यांनी

ग्रेटाच्या चळवळीला तात्काळ पाठिंबा दर्शविला आहे. 'टर्मिनेटर : डार्क फेट' या आपल्या आगामी चित्रपटात ते पृथ्वीला वाचविण्याची भूमिका करत आहेत. नेमकी तीच भूमिका ग्रेटा खऱ्या जीवनात बजावत आहे. त्या चित्रपटात ते यंत्रमानवाच्या साह्याने पृथ्वीचा बचाव करत आहेत, तर इथे एक मुलगी वसुंधरेच्या न भरून निघणाऱ्या नुकसानीविरुद्ध आवाज उठवत आहे. ग्रेटाविषयी त्यांना खूप आपुलकी आहे. अमेरिका आणि कॅनडातील विविध ठिकाणच्या दौऱ्यासाठी त्यांनी तिला कार भेट दिली आहे.

जगप्रसिद्ध 'टाइम' मासिकाने तिच्यावर मुखपृष्ठकथा प्रसिद्ध केली आणि 'पुढच्या पिढीची नायिका' म्हणून तिचा गौरव केला आहे. सी.एन.ए. या वृत्तवाहिनीने तिच्या उपक्रमाचे स्वागत करत म्हटलेय: ''इतिहासाच्या काही विशिष्ट टप्प्यावर जेव्हा यंत्रणा

आणि प्रस्थापित ठोस पाऊले उचलण्यास असमर्थ ठरले, तेव्हा तरुणांनाच पुढाकार घ्यावा लागला. त्याचीच आता पुनरावृत्ती होत आहे. ग्रेटा ही सोळा वर्षांची मुलगी हवामान बदलाच्या प्रश्नावर जगाला संघटित करायला निघाली आहे. प्रामाणिकपणा ही ग्रेटाची सर्वांत मोठी शक्ती आहे. त्यामुळे ती केवळ सत्यच सांगत राहील. ती आपल्या तत्त्वाशी तडजोड करणारी नाही. चंगळवादी सुखसोयी तिला नको असतात. ती स्वीडनहून अमेरिकेला गेली होती, तेव्हा तिने विमानाने प्रवास न करता सौरऊर्जेवर चालणाऱ्या बोटीतून प्रवास केला होता. त्या बोटीवर कुठल्याच सुखसोयी नव्हत्या. बाथरूम नव्हते की स्वयंपाकघर नव्हते. त्या महासागरातून प्रदूषणविरहित प्रवास करून ती आपल्या वडिलांसह अमेरिकेला पोहचली होती. तिथेही टीकाकारांनी अंगुलीनिर्देश करत म्हटले की 'ग्रेटाज क्रूझ इज मोर हार्मफुल दॅन फ्लाइट'. कारण नौकानयन स्पर्धेसाठी वापरली गेलेली ती बोट जुनी होती आणि जास्त इंधनखाऊ होती, असे त्यांचे म्हणणे होते.

२० सप्टेंबर, २०१९ रोजीच्या तिच्या अपूर्व अभियानात सात खंडांतील १६३ देशांत ५००० ठिकाणी सुमारे ५० लाख शाळकरी मुले शाळा बुडवून धरणे धरून बसली. ऑस्ट्रेलिया, जर्मनी, स्वीडन, ब्राझिल, पाकिस्तान, युगांडा, पेरु, तुर्की, दक्षिण आफ्रिका या सर्व देशातील लाखो मुलांनी स्वच्छ हवा, स्वच्छ पाणी आणि स्वच्छ पर्यावरण या मागण्यांसाठी निदर्शने केली. आपल्या देशात लोहारा, लातूर, औरंगाबाद, कोल्हापूर, पुणे, मुंबई आणि दिल्ली इथे हजारो मुले पर्यावरण रक्षणासाठी रस्त्यावर उतरली होती. त्याच वेळी दोन लाख मुलांनी हवामानकांड थांबविण्यासाठी लंडन शहर दुमदुमून टाकले होते. ब्रिटनमधील ट्रेड युनियन काँग्रेस ही कामगारांची जागतिक परिषद आहे. या संघटनेने ग्रेटाच्या भूमिकेला पाठिंबा दिल्यामुळे बस आणि रेल्वे, सफाई कामगारवर्गासह इतर लोक त्या संपात सहभागी झाले होते. शिक्षक तसेच महाविद्यालयांतील आणि विद्यापीठातील प्राध्यापक संघटनादेखील त्या अभियानात मागे राहिल्या नाहीत. या अभूतपूर्व आंदोलनात वैज्ञानिकांच्या संघटना, अर्थतज्ज्ञ, सामाजिक आणि पर्यावरण क्षेत्रात कार्य करणाऱ्या संघटना, चित्रकार, वास्तुशिल्पी, अभिनेते, संगीताचे बँड्स असे समाजातील सर्व स्तर मुलांच्या पाठीशी होते. खांद्यावर मुले घेतलेल्या आया आणि हातात काठी घेतलेले वृद्ध मुलांच्या आंदोलन-सोहळ्यासाठी आले होते. कुणी होडीत बसून तर कुणी सायकल चालवत आले होते. समस्त जगाला उधाण आल्याचे ते रमणीय दृश्य होते.

ग्रेटाच्या चळवळीने जगभरच्या मुलांची निसर्गाविषयीची समज वाढली आहे. वर्षभरात

SKOLSTREJK
FÖR
KLIMATET

हवामानाविषयक पुस्तकांच्या मागणीत दुपटीने वाढ झाली असल्याचे या क्षेत्रातील विश्लेषकांना आढळले आहे. लोक आपली जीवनशैली बदलण्यास उद्युक्त होत आहेत. हवामान बदल आणि पर्यावरण रक्षण या विषयांना प्राधान्य देणाऱ्या मतदारांमध्ये वाढ झाल्याचे सर्वेक्षणात आढळले आहे. ही परिवर्तनाची नांदी आहे. जागतिक अवकाशावरील कार्बन वायूच्या काळ्याकुट्ट ढगांना मुलांच्या कृतीवादामुळे चंदेरी किनार लाभली आहे.

ग्रेटा ठिकठिकाणी जाऊन 'फ्रायडे फॉर फ्युचर प्रोटेस्ट' या चळवळीचा प्रसार करत आहे. अजूनही ती पायाला भिंगरी लावल्यागत प्रवास करत आहे. तिला निरनिराळ्या ठिकाणाहून व्याख्यानासाठी आमंत्रणे येतात.

पर्यावरण : प्रत्येकाचा पहिला धर्म

सर्वच धर्मग्रंथांमध्ये निसर्गाचे कौतुक आढळते. निसर्ग आपला सखा आहे आणि त्याची निर्मिती आपल्याआधी झालेली आहे. धरणीचा जन्म आपल्या कितीतरी आधीचा आहे म्हणूनच आपण तिला माता म्हणतो. पण सध्या आपली वसुंधरा धोक्यात आहे आणि साहजिकच आपण सारे अडचणीत येत आहोत. आपण जंगले तोडतो, तेव्हा आपण आपल्याच पायावर कुऱ्हाड मारीत आहोत, याकडे आपले दुर्लक्ष होत आहे. चंगळवादाची झापडे पांघरल्यामुळे, टोलेजंग इमारती आणि टुमदार बंगले बांधण्यासाठी आजूबाजूची, पाण्याचा वर्षभर साठा करण्यास उपयुक्त ठरणारी 'बावखले' (पावसाळ्यात पाण्यांनी भरून जाणारे शेतातले खोल खड्डे) आपण बुजवत आहोत. प्लॅस्टिक, वाहने यांचा वारेमाप वापर करीत आहोत. त्यातून होणाऱ्या प्रदूषणावर आवर घालण्याची तीव्र गरज निर्माण झाली आहे.

जगभरातील शासनकर्त्यांच्या पर्यावरणरक्षणासंबंधीच्या परिषदा भरतात, पण तिथे इतके वाद होतात की त्यांच्यातील खडाजंगीतून निर्माण होणाऱ्या उष्णतेतून पृथ्वीचे तापमान अजून तापत असावे अशी शंका येऊ लागली आहे. पण निसर्गाचा नाश हा सर्वसामान्य माणसाच्या जिवाशी खेळ आहे हे आपले स्थानिक धार्मिक, राजकीय आणि सामाजिक नेते मान्य करत आहेत. त्यांचे जे उपयुक्त प्रयत्न आणि प्रबोधन सुरू आहे, त्यात आपला प्रत्येकाचा खारीचा वाटा असायला हवा. किंबहुना पर्यावरणाचा ऱ्हास थोपविणे हे सामान्य माणसाच्याच हाती आहे. या संदर्भात काही नवे संशोधन बोलके आहे. ज्या देशातील नागरिकांची अनुकंपा उच्च दर्जाची असते आणि ज्यांचा मोकळेपणा पारदर्शक असतो, अशा देशांचा निसर्गरक्षणात मोठा हातभार लागतो, असा निष्कर्ष कॅनडाच्या टोरेंटो युनिव्हर्सिटीतील संशोधकांनी नव्या संशोधनातून काढला आहे. तत्पूर्वी, येल आणि कोलंबिया युनिव्हर्सिटीतील शास्त्रज्ञांनी नागरिकांच्या पर्यावरण-रक्षणासंबधीचा एक निर्देशांक तयार केला आहे. त्याला 'एन्व्हायर्नमेंटल परफॉर्मन्स इंडेक्स' असे म्हणतात. एखाद्या देशातले कार्बनवायूचे उत्सर्जन, ऊर्जेचा पुनर्वापर, पर्यावरणीय प्रबंधन इ. बाबी समाविष्ट करून हा निर्देशांक तयार करण्यात आला आहे. त्याचा चपखल वापर करून केनेडियन संशोधकांनी नवा शोध लावला आहे. हा निर्देशांक जितका मोठा, तितकी त्या देशातील नागरिकांची पर्यावरण जागृती चांगली आणि त्यांची निसर्ग-मैत्री उत्कृष्ट दर्जाची असते. माणसाचे व्यक्तिमत्त्व हे व्यक्तिगत स्वरूपाचे असते असा आतापावेतो समज होता; पण नव्या संशोधनात आढळले की, देशातील लोकांच्या व्यक्तिमत्त्वाचा तिथल्या

पर्यावरणावर प्रत्यक्ष परिणाम होत असतो. अर्थात, प्रत्येक वेळी मऊ, गोगलगाईची भूमिका घेऊन चालणार नाही. झाडे तोडणाऱ्यांना, गावातले पाणी उपसणाऱ्यांना, डोंगर फोडणाऱ्यांना, माती-वाळू उपसणाऱ्यांना, तीवराची झाडे तोडणाऱ्यांना, तलाव आणि बावखले बुजवणाऱ्यांना आपल्याला एकत्रितपणे आणि कणखरपणे रोखताही आले पाहिजे. 'मला काय त्याचे...' ही भूमिका घेतली की 'Green was my valley...' अशी खंत करण्याची पाळी आपल्यावर येईल.

या संदर्भात, सामान्य माणसासाठी एक त्रिसूत्री उपक्रम राबवला पाहिजे. अगदी छोट्याछोट्या दैनिक गोष्टींतून निसर्गाच्या रक्षणास हातभार लागतो, हे त्यातून आपल्या ध्यानात येईल.

पहिले सूत्र आहे : Little knowledge is dangerous thing. (वरवरची माहिती धोक्याची असते.) पर्यावरण हा आता चिंतेचा विषय बनला आहे, तेव्हा त्यासंबंधीची सखोल माहिती मिळवायला हवी. पृथ्वीचे तापमान वाढवणाऱ्या वायूंना 'हरित'गृह वायूच का म्हणतात? ते कोणते आहेत? त्यांची निर्मिती का होते? त्यांना आवर घालण्यासाठी आपण व्यक्तिशः काय करू शकतो? यांचा जिव्हाळ्याने विचार व्हायला हवा. तसेच, युरो (युरोपियन) किंवा बी.एस. (भारतीय प्रमाणे) उल्लेख असलेली आधुनिक वर्गातली इंधने नेमकी काय असतात, याची कित्येक वाहकांना माहिती नसते. वाहने आणि विविध गृहोपयोगी उपकरणे यांच्या अतिरेकी वापरामुळे जी वीज खपते, तिची निर्मिती पेट्रोलियम इंधने, वंगणे आणि रसायने जाळून होत असते. त्यातून कार्बन-वायूसारखे हरितगृह वायू वातावरणात मुक्त होतात. त्यामुळे आपणा प्रत्येकाला आपल्या कार्बनच्या पाऊलखुणा (carbon footprints) मोजता आल्या पाहिजेत. हवेत कळत-नकळत सोडलेला एक टन कार्बन-वायू ही कार्बनची एक पाऊलखूण होय. नेटवर कार्बन फूटप्रिंट कॅल्क्युलेटर उपलब्ध आहे, त्याद्वारे प्रत्येक जण दैनिक घडामोडींद्वारा वातावरणात उत्सर्जित केलेल्या कार्बनडायऑक्साइड या हरितगृह वायूचे मोजमाप करून सावध होऊ शकतो.

दुसरे सूत्र आहे : Charity begins at home. (कुठल्याही चांगल्या कार्याला स्वतःपासून सुरुवात केली पाहिजे.) देऊळ किंवा बाजार पाच ते दहा मिनिटांच्या चालण्याच्या अंतरावर असते. तिथे जाण्यासाठी आपण कार-गाड्या आणि मोटरगाड्या

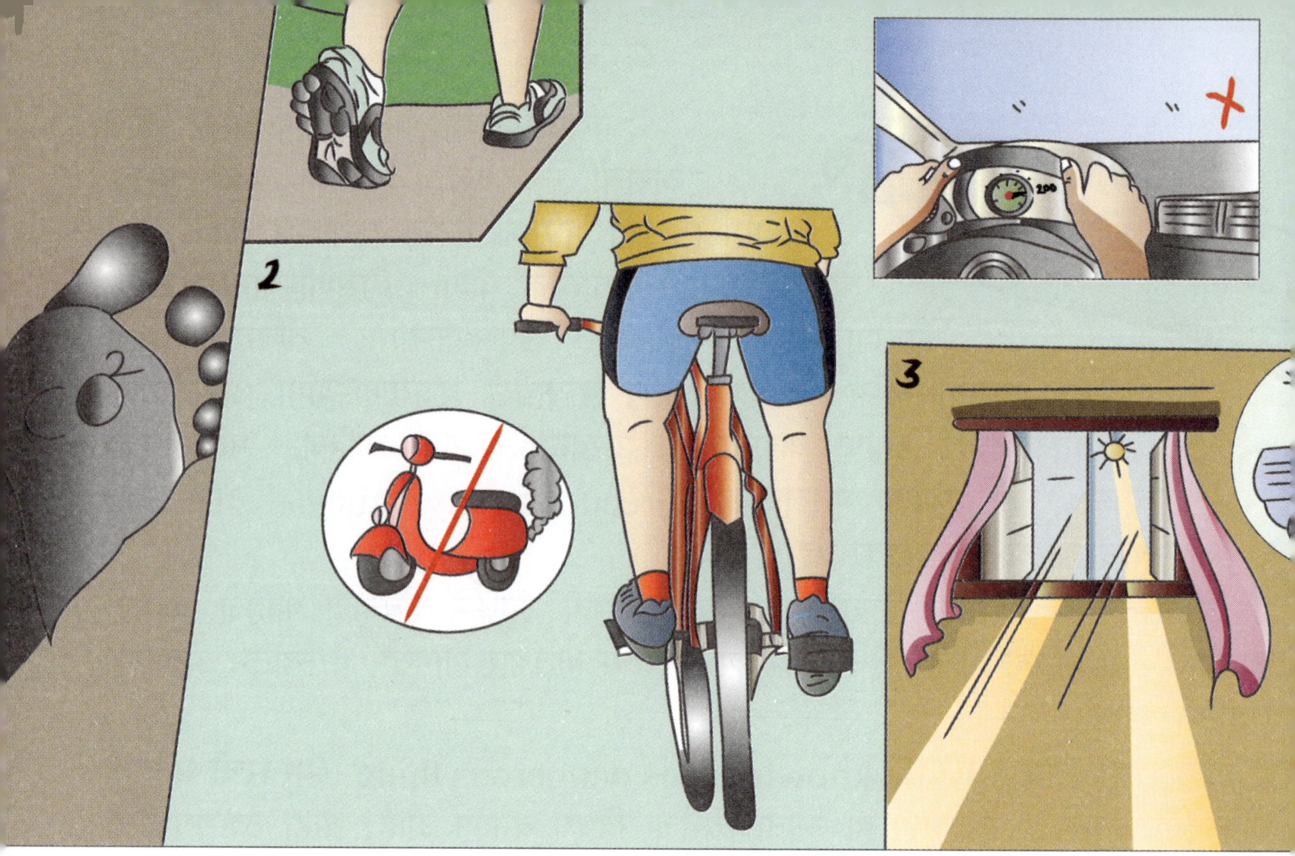

वापरतो. खर्चिक इंधनावर नाहक पैसा उधळतो. इंधने जाळून हवा प्रदूषित करतो. मोकळ्या हवेला नि चालण्यासारख्या व्यायामाला मुकतो. अशा वेळी वाहने आपण उपयुक्ततेसाठी बाळगतो की खोट्या प्रतिष्ठेसाठी याचा विचार व्हायला हवा. जनतेनी निवडून दिलेल्या नेत्यांनी रस्ते आणखीन चांगले केले, तर आपले लोक सायकलसारखे प्रदूषण-रहित वाहन वापरण्यावर नक्कीच भर देतील. या सायकलचा आपल्या जीवनचक्राशी कसा संबध असतो, बघा. सुरुवातीला आपण पायडल मारून सायकल चालवितो. तद्नंतर, आराम मिळावा म्हणून मोटर-बाइक किंवा स्कूटर वापरतो. त्यानंतर चंगळवादाचा दंश म्हणा किंवा गरज म्हणून म्हणा, आपण चारचाकी वाहन वापरू लागतो. त्यामुळे मिळणाऱ्या ऐशारामातून आपले शरीर स्थूल होते, पोट सुटते. ते कमी करण्यासाठी आपण जिममध्ये जातो. तिथे पुन्हा आपल्याला सायकल चालवायला लावतात.

वाहनांच्या संदर्भात आणखी एक-दोन छोटेछोटे मुद्दे लक्षात घ्यायला हवेत. रस्त्यात वाहतूक-खोळंबा होतो, तेव्हा डावीकडची वाहने डाव्या बाजूला एकामागे एक थांबली पाहिजेत आणि उजवीकडची वाहने पुढे जाऊ दिली पाहिजेत. परंतु हा ट्रॅफिक-सेन्स

आपल्याकडे बाळगला जात नाही. कुठूनही गाड्या घुसविल्याने जो गोंधळ होतो त्यात सगळ्याच वाहकांच्या मनस्तापासोबतच महागड्या इंधनाची नासाडी होते. हवेचे आणखी प्रदूषण घडते. शिवाय, एक सर्रास गैरसमज असा आहे की, जितक्या वेगात वाहने हाकू तितकी पेट्रोल-डिझेल ही इंधने कमी संपतात. वास्तविक दुचाकी आणि चार-चाकी अनुक्रमे ४० आणि ५० किलोमीटर प्रती ताशी या संयमी वेगाने चालवल्या, तर कमीत कमी इंधन संपते हे 'पेट्रोलियम कन्झर्वेशन रिसर्च असोसिएशन' (PCRA) या संस्थेच्या शास्त्रोक्त सर्वेक्षणात सिद्ध झालेले आहे. त्यातून अपघात टळतात, ते वेगळेच. वेगाने गाड्या चालविण्याने त्यातील इंधन पूर्णतया जळत नाही आणि ते अर्धवट जाळलेल्या अंशाच्या रूपाने हवेचे प्रदूषण करते. आणखी एक विरोधाभास असा की, आपण ए.सी.ची थंडगार हवा मिळण्यासाठी जास्तीत जास्त वीज वापरून तापमान कमी करतो. आणि गारठू लागलो की ब्लँकेट अंगावर ओढून झोपतो. वास्तविक, २४ डि.से. तापमानावर सेट केलेल्या ए.सी. युनिटमधून कमीतकमी वीज खपते आणि आपल्याला पुरेसा गारवादेखील मिळतो. हवा ही कोणाची मक्तेदारी होऊ शकत नाही. तिचे रक्षण करणे सर्वांचेच कर्तव्य ठरते. आपल्याला आपले हक्क हवे असतात, पण आपण जबाबदऱ्या टाळतो. जर प्रत्येकाने आपापल्या जबाबदाऱ्या पार पाडल्या, तर सगळ्यांच्या हक्कांची जपणूक होत जाते. त्यातच, बचत म्हणजे एक प्रकारचे उत्पादन होय. स्वंयपाकघरातला एल.पी.जी. वाचविण्याच्या कितीतरी क्लृप्त्या आहेत. जेवढे इंधन आपण वाचवतो, तेवढ्या इंधनाच्या निर्मितीचे आपण धनी होतो. विविध इंधनांच्या बचतीची माहिती आपण मिळवून त्याचा योग्य वापर करायला हवा.

तिसरे सूत्र आहे : Think globally, act locally. आम्ही सामान्य जणांनी आपल्या परिसरातील निसर्ग स्वच्छ राखण्यासाठी, आपल्या आजूबाजूचे निसर्गस्त्रोत शाबूत राखण्यासाठी जागरूक राहिले पाहिजे.

दिवसा दारं-खिडक्या उघडी ठेवल्यास घरात नैसर्गिक प्रकाश येतो, मोकळी हवा मिळते. अशा वेळी, कोंदटलेल्या बंद घरात विजेचे दिवे जाळणे आणि पंखे आणि ए.सी. वापरून ऊर्जेचा अपव्यय करणे कितपत योग्य आहे? यासाठी आपल्याला आपली मानसिकता बदलायला हवी. नाहीतर आपली अवस्था हळूहळू बेडकाच्या गोष्टीसारखी होईल. ज्याला उकळत्या पाण्यात टाकल्यास तो लगेच उडी मारून बाहेर येतो पण तेच थंड पाण्यात टाकून खालून आच दिल्यास बदलत्या तापमानाशी जुळवून घेण्याच्या नादात मरून जातो.

आपल्या चंगळवादी वागण्याने निसर्ग मेटाकुटीस आला आहे. मग त्याने नैसर्गिक आपत्तीच्या रूपात रौद्र रूप धारण केले की आपण हतबल होतो. तेव्हा आपण आपला आधाराचा हात झाडांच्या फांद्यांवर ठेवू या. जंगलांना देवळे मानू या. आपण धार्मिक आहोत की दांभिक आहोत याची निसर्ग परीक्षा पाहतोय, हे सावधपणे ध्यानात घेऊ या. अन्यथा आपल्या चंगळवादी वृत्तीसोबतच ज्या 'ट्रिपल पी'ने (PPP) म्हणजेच population (लोकसंख्या), pollution (प्रदूषण), poaching (प्राणीहत्या) आपण निसर्गाची हानी करू, तेवढाच 'ट्रिपल पी'चा – म्हणजेच polluter-pay-principle (प्रदूषण करा, कार्बन-कर भरा) या प्रणालीचा डोस आपल्याला घ्यावा लागेल.

सुप्रीम कोर्टाच्या ताज्या आदेशानुसार, आपल्याकडील शाळा-कॉलेजात पर्यावरणाचे धडे सक्तीचे होत आहेत. हा १९९९ सालचा आदेश विद्यापीठ अनुदान आयोगाने बासनात बांधून ठेवला होता. पण या नव्या आदेशाने खडबडीत जागे होऊन आयोग विद्यार्थ्यांना आणि पालकांना पर्यावरणीय नैतिक मूल्याचे पाठ देऊ पाहत आहेत. त्यात या जागतिक पातळीवरच्या घडामोडीचादेखील अंतर्भाव असावा, जेणेकरून 'जागतिक विचार आणि स्थानिक आचार' या उक्तीचे अनुकरण करणे सकलांना सोपे जाईल.

ग्रेटाच्या अभियानात भाग घेण्यासाठी ही त्रिसूत्री खचितच उपयोगी ठरावी.

प्लॉस्टिक

परिशिष्ट - १

असा झाला प्रारंभ

२० ऑगस्ट, २०१८चा सोमवार. स्वीडनच्या स्टॉकहोम शहरातील हेल्जिआनशोलमेन बेटाच्या मध्यभागी असलेली देशाची संसद, रिक्सडॅग. देशाच्या विविध प्रश्नांवर तिथे ऊहापोह चालला होता. पण हवामानावर कोणी बोलतच नव्हते. शाळेला दांडी मारून आणि आपल्या सायकलवर टांग मारत ग्रेटा तिथे येऊन थडकली. तिच्या हातात Skolstrejk for Klimatet (हवामानासाठी शालेय मुलांचा संप) हा फलक होता. तिला मोठ्या माणसाप्रमाणे संप पुकारायचा होता. तिला तिथे ठाण मांडून बसलेले पाहून जाणारे-येणारे तिच्याकडे काहीशा कुतूहलाने बघत होते.

दुसऱ्या दिवशी ती जरा लवकरच उठली नि सायकलवर स्वार होत संसदेत पोचली. काही वाटसरूंनी हातात फलक घेतलेल्या त्या शाळेकरी मुलीला 'तू इथे काय करत आहेस?', असे आस्थेने विचारले. काही शाळेकरी मुले तिच्या सोबत बसली.

तिसऱ्या दिवशी तिच्याभोवती बऱ्यापैकी घोळका जमला. काही जण तर तिच्याजवळ फतकल मारून जमिनीवर बसले. त्यात आपल्या बाळाला बाबागाडीत घेऊन आलेली एक बाई होती. करड्या केसांची दुसरी एक महिला होती. एक विद्यार्थी हातात पुस्तक घेऊन बसला होता. त्यांच्यात गप्पा चालल्या होत्या. आकाशात सूर्य लखलखत होता.

सहाव्या दिवशी ग्रेटाने त्या साऱ्यांना सुचविले की आपण आता आपला निषेध समाज माध्यमावर व्यक्त करू या. माहिती आणि फोटो शेअर करू या. स्वत: ग्रेटाने इंस्टाग्रामवर डायरी लिहायला सुरुवात केली. मुलांचा हा संप कशासंबंधी आहे, त्याची सचित्र माहिती ती पुरवू लागली. त्याचा चांगला परिणाम झाला. तिला लहानथोरांचा पाठिंबा मिळू लागला. 'आम्ही येऊ का? किती वाजता येऊ?' अशी मुले चौकशी करू लागली. ग्रेटाने साऱ्यांचे स्वागत केले. शाळांत आणि कार्यालयात उशिरा जाऊन, बाजारहाट टाळून, सकाळच्या नाश्त्याला फाटा देऊन लोक तिच्याभोवती बसू लागले. रिक्सडॅगमधील आपल्या कार्यालयात जाणारे राजकारणी तिच्याकडे दुर्लक्ष करत राहिले. क्वचित त्यातला कुणीतरी एक तिच्याजवळ येऊन अभिनंदन करून जाई, तेवढेच. पण दोन वेण्या घातलेल्या त्या पोरीची आता लोकांत चर्चा होऊ लागली. वर्तमानपत्रांनी तिची दखल

घ्यायला सुरुवात केली. बायाबापड्या मुलांना घेऊन तिच्या त्या संपात सहभागी झाल्या. वृद्ध मंडळी आणि विद्यार्थी गोळा होऊ लागले. तिच्यासाठी खायला-प्यायला आणू लागले.

नवव्या दिवशी गर्दी जास्तच वाढली आणि संप करणाऱ्यांना संसदेच्या जवळच असलेल्या मायन्टोगेट येथील उद्यानात हलावे लागले. ग्रेटाला कायद्यात हस्तक्षेप करायचा नव्हता.

तोपर्यंत स्टॉकहोम इथे चाललेल्या या शालेय अभियानाचा सर्वत्र गवगवा झाला होता. प्रख्यात 'गार्डियन' या वृतपत्राने skolstrejk for klimatet या विषयावर ऑनलाइन लेख प्रसिद्ध केला. त्याचा मथळा होता : 'स्वीडनच्या १५ वर्षीय शाळकरी मुलीने दंड थोपटले.' लोक या चळवळीविषयी वर्तमानपत्रात वाचू लागले. दुसऱ्या शहरात याच धर्तीवर काही उपक्रम आयोजित करण्यात आले.

रोममधल्या एका सायकलस्वाराची छबी समाजमाध्यमावर झळकली. त्याच्या सायकलवर पाटी होती : 'धन्यवाद ग्रेटा! आम्ही तुझ्या सोबत आहोत.'

ग्रेटाने पहिल्या दिवसापासून निर्धार केला होता की, आपला हा संप ७ सप्टेंबरपर्यंत

सुरू ठेवायचा. कारण त्या दिवशी स्वीडनमध्ये निवडणुका होत्या. त्याचे औचित्य साधून पत्रिका वाटून जनजागृती करण्यात आली.

ग्रेटा आपल्या इन्स्टाग्रामवरून बिघडत चाललेल्या हवामानाचा डेटा पुरवत होती. 'आपले राजकारणी काय करत आहेत?' ही तिची आर्त हाक होती.

७ सप्टेंबरला भर पावसात ती आपल्या सहकाऱ्यांसोबत निदर्शनाला बसली होती. अखेर स्वीडिश संसदेला तिची दखल घ्यावी लागली.

परिशिष्ट - २

कोट्यांसाठी धोक्याची घंटा

'नेचर डेफिसिट डिसॉर्डर' हा वैद्यकीय अभ्यासात न बसणारा एक गंभीर आजार आहे. तो निसर्गाच्या सान्निध्याच्या अभावामुळे जडतो. रॉबर्ट लुव्ह या अभ्यासकाने आपल्या 'लास्ट चाइल्ड इन द वाइल्ड' या पुस्तकात त्याची वाच्यता केली आहे. ही एक प्रकारची मानसिक व्याधी आहे.

पूर्वीच्या पिढ्या निसर्गाच्या, झाडाझुडुपांच्या परिसरात वाढल्या. पुढे बदलत्या जीवनशैलीमुळे नव्या पिढ्या निसर्गापासून दूर जात गेल्या. मुले आणि निसर्गामधील अंतर वाढत गेले. या बदलत्या जीवनमानाने, पर्यावरणीय मूल्यांना पायदळी तुडवले. निसर्गाला भकास करणारा तथाकथित विकास, बेसुमार औद्योगीकरण आणि वाढते प्रदूषण, त्यातून निर्माण होणाऱ्या पर्यावरणीय समस्या, असे नवे प्रश्न निर्माण झाले. या प्रश्नांमुळे भावी पिढ्यांचे जीवन खडतर झाले आहे. त्यातच लहान मुलांचे टी.व्ही., मोबाइल फोन, व्हिडीओ गेम्स, याबद्दलचे विलक्षण आकर्षण, निसर्गाबद्दलची उदासीनता आणि मैदानी खेळांची कमतरता यामुळे या 'नेचर डेफिसिट डिसॉर्डर' म्हणजेच 'निसर्ग सान्निध्याच्या अभावामुळे जडणारी व्याधी' फोफावत जाणार आहे.

वास्तविक निसर्ग आपल्याला नवनवीन गोष्टी शिकवत असतो आणि त्यातून आपली प्रगती होत असते. आपल्या वाडवडिलांनी नेमके तेच केले आणि ते उत्क्रांत होत गेले. परंतु आजच्या मुलांच्या मनात निसर्गाविषयी प्रेम, जिज्ञासा, आकर्षण, कुतूहल निर्माण केले जात नाही. त्यामुळे अवेळी येणाऱ्या अवचित नैसर्गिक संकटांना आणि समस्यांना तोंड देण्यास नवीन पिढ्या शारीरिक आणि मानसिकदृष्ट्या कमी पडत आहेत. तरुण मुले प्रत्येक गोष्टीचे कारण माहितीच्या महाजालात शोधत बसतात. पहिल्या पावसाचा सुगंध त्यांना डिजिटल विश्वात थोडाच अनुभवायला मिळतो? कविमंडळीच्या प्रतिभेला चालना देणारा हा पहिल्या पावसाचा सुगंध जिओस्मिन नावाच्या संयुगामुळे येतो. मातीतील ॲक्टिनोमायसिटीस नावाचे जीवाणू हे संयुग बाष्परूपात हवेत सोडतात. टपऽऽ टपऽऽ कोसळणाऱ्या पहिल्या पावसाच्या सरींनी जीवाणूंतले हे गंधयुक्त संयुग वातावरणात सोडले जाते. मानवी नाक या जिओस्मिनबाबत खूप संवेदनशील असते आणि त्याचे हवेतल्या पाच दशकोट्यांश इतक्या अल्पप्रमाणात नोंद घेण्याची त्याची क्षमता असते. दुर्दैवाने आजची मुले या नैसर्गिक सुगंधाला मुकत आहेत.

डिजिटल क्रांती अत्यंत गरजेची आहे. या डिजिटल वाटचालीला पर्यावरणाच्या प्रेमाची जोड मिळाली, तर कोणत्याही प्रतिकूल परिस्थितीवर मात करण्याची क्षमता मुलांमध्ये आपोआप निर्माण होऊ शकते. मुलांच्या मनात निसर्गाविषयीचे प्रेम कसे बिंबविता येईल हे पालक, आजी-आजोबा, धार्मिक आणि राजकीय पुढारी, समाजसेवक, शिक्षक, प्रशासक यांच्यापुढील आव्हान आहे. त्यासाठी निसर्गाविषयीचे ज्ञान आणि पर्यावरणपूरक धोरणांचा स्वीकार करायला लागेल. प्रारंभीपासून मुलांमध्ये निसर्गाविषयीचे आकर्षण आणि मैदानी खेळांची आवड निर्माण करायला हवी. इंग्रजीत Got dirt नावाची एक संकल्पना आहे. मुलांना बागेमध्ये त्यांची स्वतःची सुरक्षित जागा असावी. तिथे मुले खेळतील. चिखलात माखतील, पडतील, नवनव्या युक्त्या शिकतील आणि विकसित होतील. आजी-आजोबांकडे निसर्गाचे मुबलक अनुभव असतात आणि त्यांच्या सहवासात मुलांना ते ज्ञान मिळू शकते. दुधावरच्या सायीसारख्या त्यांच्या वात्सल्यातून ही वयस्कर मंडळी आपल्या नातवंडांना निसर्गाचे विविध पैलू उलगडून दाखवतील. ते मुलांना इसापनीतीतील आणि पंचतंत्रातील गोष्टींद्वारे जीवनाचे सार शिकवतील. त्याची गोडी लागली की मुलेदेखील त्याचा आग्रह धरतील. पालकांनी मुलांना भोवतालची झाडे, वनस्पती, पशुपक्षी यांचे

महत्त्व पटवून द्यायला हवे. तहानलेल्या पक्ष्यांसाठी परिसरात पाण्याचे भांडे ठेवण्यास प्रवृत्त करायला हवे. मुलांना जादुई वाडगा (wonder bowl) देऊन त्यात छोटे दगड, पिसे, बिया, शंख-शिंपले इ. शोधून गोळा करायचे छंद जडवून द्यायला हवे. दररोज एक हरित तास (green hour) ठरवून मुलांनी निसर्गाच्या सान्निध्यात घालवायला हवा. त्यांना ipad ऐवजी npad (नेचर-पॅड) देऊन परिसरातील निसर्गात घडणाऱ्या घडामोडींचे वर्णन करायला शिकवायला हवे. मुलांना डिजिटल व्हायला आवडते ना? मग त्यांना छोटा कॅमेरा, दुर्बीण द्या आणि परिसरातील पक्षी, फुलपाखरे, झाडे यांचे त्यांना निरीक्षण करू द्यात आणि ते टिपू द्यात. त्यांना समुद्रकिनारी वाळूचे किल्ले बांधू द्यात. शक्य असल्यास परिसरात झाडे लावून त्यांची निगराणी करण्यास मुलांना प्रोत्साहन द्या. रात्री चमचमणाऱ्या काजव्याचे गुपित त्यांना समजावून द्या. सुटीच्या दिवसांत अभयारण्य, वृक्षवाटिका अशा नैसर्गिक ठिकाणी त्यांना सहलीला न्या. मुलांच्या जडणघडणीत शिक्षकांचा मोठा वाटा असतो आणि त्यांना निसर्गाकडे नेण्यास ते मोलाचा वाटा उचलू शकतात.

तेव्हा कुठे आपली नवीन पिढी एकाकीपणा, नैराश्य, ताणतणाव, निरुत्साह यासारख्या लक्षणांनी घेरणाऱ्या नेचर डेफिसिट डिसॉर्डरपासून मुक्त होईल.

परिशिष्ट - २
हवामान परिषदा

हवामान परिषदा
(COP म्हणजेच conference of parties)

२०२० : ग्लासगोव-स्कॉटलंड (सी.ओ.पी. २६-अपेक्षित)
२०१९ : माद्रीद-स्पेन (सी.ओ.पी. २५. सांतीयगो-चिली ऐवजी माद्रीद येथे डिसेंबरमध्ये येथे भरली.)
: बॉन-जर्मनी (एस.बी. ५०. जून)
२०१८ : कॅटोवाइस-पोलंड (सी.ओ.पी. २४. डिसेंबर)
२०१७ : बॉन-जर्मनी (सी.ओ.पी. २३. नोव्हेंबर)
२०१६ : मारकेत्च-मोरक्को (सी.ओ.पी. २२. नोव्हेंबर)
२०१५ : पॅरिस-फ्रान्स (सी.ओ.पी. २१. नोव्हेंबर-डिसेंबर)
२०१४ : लीमा-पेरु (सी.ओ.पी. २०. डिसेंबर)
२०१३ : वार्शोव-पोलंड (सी.ओ.पी. १९. नोव्हेंबर)
२०१२ : डोहा-कतार (सी.ओ.पी. १८. डिसेंबर)
२०११ : डर्बन-द.आफ्रिका (सी.ओ.पी. १७. नोव्हेंबर-डिसेंबर)
२०११ : ग्राकोण-मोरक्को (सी.ओ.पी. १६. नोव्हेंबर-डिसेंबर)
२००९ : कोपेनहेगन-डेन्मार्क (सी.ओ.पी. १५. डिसेंबर. seal the deal ही घोषणा. कार्बन कपात करण्यास चीन व भारताची तयारी)
२००८ : पोजनन-पोलंड (सी.ओ.पी. १४. डिसेंबर)
२००७ : बाली-इंडोनेशिया (सी.ओ.पी. १३. डिसेंबर. विकसनशील राष्ट्रांनी कार्बन उत्सर्जन कमी करावे म्हणून दबाव)
२००६ : नैरोबी-केनिया. (सी.ओ.पी. १२. डिसेंबर)
२००५ : मोन्ट्रीयल-कॅनडा (सी.ओ.पी. ११. नोव्हेंबर-डिसेंबर)
२००४ : ब्युनोस अरीस-अर्जेंटीना (सी.ओ.पी. १०. डिसेंबर)

२००३ : मिलन-इटली (सी.ओ.पी. ९. डिसेंबर)

२००२ : न्यू दिल्ली-इंडिया (सी.ओ.पी. ८. ऑक्टोबर-नोव्हेंबर)

२००१ : बॉन-जर्मनी (सी.ओ.पी. ६. जुलै)
मारकेत्च-मोरक्को (सी.ओ.पी. ७. ऑक्टोबर-नोव्हेंबर)

२००० : हेग-नेदरलंड (सी.ओ.पी. ६. नोव्हेंबर)

१९९९ : बॉन-जर्मनी (सी.ओ.पी. ५. नोव्हेंबर-डिसेंबर)

१९९८ : ब्युनोस अरीस-अर्जेंटिना (सी.ओ.पी. ४. नोव्हेंबर)

१९९७ : क्योटो-जपान (सी.ओ.पी. ३. डिसेंबर. १९९०च्या तुलनेत कार्बन-वायूचे प्रमाण ५.२%ने कमी करण्याचा ठराव)

१९९६ : जिनिवा-स्वित्झर्लंड (सी.ओ.पी. २. जुलै)

१९९५ : बर्लिन-जर्मनी (सी.ओ.पी. १. मार्च-एप्रिल)

१९९२ : रिओ-दी-जानेरो (वसुंधरा शिखर परिषद. तापमान वाढीविरोधी आराखडा)

१९९० : संयुक्त राष्ट्रसंघाच्या आमसभेत जागतिक हवामानाबद्दल चर्चा

१९७२ : स्टॉकहोम (ग्लोबल- ९२ फोरम)

संदर्भ

१. Greta's Story, by Valentina Camerini, Moreno Giovannoni (trans), Simon and Schuster India, New Delhi. (२०१९)

२. विज्ञानधर्म, पार्टनर पब्लिकेशन, विरार-प (२०१९)

३. मुलं रस्त्यावर/मुलांचा लढा आणि धडा, अतुल देऊळगावकर, लोकमत, १५ सप्टेंबर, २०१९/२९ सप्टेंबर, २०१९.

४. ग्रेटाचे पसायदान, अश्विनी भावे, लोकमत, १ ऑक्टोबर, २०१९

५. भेदून टाकू काळी गगने..., अतुल देऊळगावकर, लोकसत्ता, ३० डिसेंबर, २०१८

६. पर्यावरणातील मानवी हस्तक्षेप, प्रहार, २२ एप्रिल, २०१४

७. मला रोज भीती वाटते, अनु. अपर्णा वेलणकर, लोकमत दीपोत्सव, २०१९

८. हवा तापते आहे, श्रीराम शिधये, महाराष्ट्र टाइम्स, ११ मार्च, २०१८